நெருக்கடிக்குள் உள்ளதா தமிழ்தேசியம்..?

தராக்கி சிவராம்

பேரப்பு
வெளியீடு

நெருக்கடிக்குள் உள்ளதா தமிழ்த் தேசியம்?
• கட்டுரைகள் •
• தராக்கி சிவராம் •

முதல் பதிப்பு: ஏப்ரல்-2022 • பக்கங்கள் : 145

யாப்பு வெளியீடு.
5. ஏரிக்கரைச் சாலை, 2ஆவது தெரு,
சீனிவாசபுரம், கொரட்டூர், சென்னை - 600076
பேச: 9080514506
ஒளியச்சு: தமிழ்நெறியன்
அட்டை வடிவமைப்பு: சென்றாய குமார்
வடிவமைப்பு: கரிகால சோழன்

**Nerukkadikkul Ullathaa Thamizhthesiyam •
Tharakki Svaram •
First Edition: April-2022**

Published By:
NAM NAADU is an imprint of YAAPPU VELIYEEDU,
5,Erikkarai Saalai, 2nd Street, Seenivaasapuram,
Korattoor, Chennai - 600076 •
Cell: 9080514506
Type Set: Thamizh Neriyan (Josh Freed)
Wrapper : Sentraya Kumar
Book Design: Karkala chozhan.

**printed at: Adyar Students Xerox,
Chennai-600020**

ISBN: 978-81-954628-0-3

Rs: 120

பதிப்புரை

தமிழ்நாடும் - தமிழ் ஈழமும் தற்போது நெருக்கடியான காலகட்டத்தில் சென்றுகொண்டிருக்கிறது. அரசியல், பொருளியல் மற்றும் பண்பாட்டுத் தளத்தில் பெரும் அழிவுகள் ஏற்பட்டுக்கு கொண்டிருக்கின்றன. தமிழ் இனம் தலைமை இல்லாத இனமாக அலைந்து கொண்டிருக்கிறது. இந்தச் சூழலில் தான் தமிழ்த் தேசியத்திற்கான கோட்பாட்டு பங்களிப்பைச் செய்த "தராக்கி" சிவராம் அவர்களை நினைத்துப் பார்க்க வேண்டியுள்ளது. அவரின் படைப்புகள் அந்தந்த காலகட்டங்களை குறிப்பவையாக இருந்தாலும், தூர நோக்கில் அவை எக்காலத்தும் பொருந்துபவையாக இருக்கும்.

சிவராம் அவர்களின் தேர்ந்தெடுத்த கட்டுரைகளை தொகுப்பாக வெளியிடுகிறோம்.பின்னிணைப்பாக அவரைப் பற்றிய நினைவுக்கு குறிப்புகளும் உள்ளது. தமிழ் அறிவுலகம் எமது இந்த முயற்சிக்கு உறுதுணையாக இருப்பீர்கள் என நம்புகிறோம்.

- பதிப்பகத்தார்

பொருளடக்கம்

1. காலத்தின் தேவை அரசியல் வேலை — 07
2. கடலாதிக்கப் போட்டியில் சிக்கியுள்ள இந்துமா கடல் — 14
3. 'ஆர்ச்' பிரச்சினையில் இருந்து பெற்ற அனுபவம் — 21
4. முப்படைகளுக்கும் மரபு வழி போர்த்தகைமை உண்டா? — 28
5. இராணுவச் சமநிலையைப் பேணுவதாயின் அரசியல் மயமாக்கல் தேவை — 38
6. சூடான் - தமிழ் ஈழம்; அமெரிக்கா இரட்டை வேடம் போட இயலா — 46
7. இந்தியாவின் தென்னாசிய பாதுகாப்பு வலயத்தில் சிறிலங்கா — தமிழீழம் — 55
8. சுயநிர்ணய உரிமை, ஒட்டுப்படைகள் கிழக்குத் தீமோர் தரும் பாடம் — 64
9. தமிழர் பிரச்சனையை சிங்கள தேசத்திற்கு விளக்க முனைவது பயனற்ற செயல் — 73
10. தமிழர் போராட்டமும் பெருஞ் செஞ்சீனமும் — 81
11. சர்வதேச காப்பு வலை ஒரு போரியல் வலை — 88
12. தமிழர் தம் இறைமையை விட்டுக் கொடுக்க இயலாது — 98
13. கருணா ஓடியது எதற்காக? — 104
14. இந்திய கடற் பாதுகாப்பு வலயத்தில் சிறிலங்கா — 113
15. நெருக்கடிக்குள் உள்ளதா தமிழ்த் தேசியம்? — 120

காலத்தின் தேவை அரசியல் வேலை

தமிழ் சமூகத்தை அதனுள் இயல்பாகக் காணப்படும் முரண்பாடுகளை கூர்மை அடையச் செய்வதன் மூலம் அடக்கி ஆளலாம் என நவீன சிங்களப் பேரினவாதிகள் நம்புகின்றார்கள்.

தமிழ் மக்களை பட்டி தொட்டியெங்கும் இன்று அரசியல் தெளிவுபடுத்த வேண்டிய தேவை எம்முன் உள்ள மாபெரும் வரலாற்றுக் கடமையாகும்.

பிரித்தாளும் தந்திரோபாயங்களின் ஊடாக எம்மை வென்று விடலாம் என சிங்களப் பேரினவாதிகள் எதிர்பார்க்கின்றனர்.

தமிழீழச் சமூகம் என்ற மேற்பரப்பை நாம் சற்று சுரண்டிப்பார்த்தால் அதன் கீழ் பிரதேசவாதம், மதம், சாதி, வட்டாரவழக்கு உரசல்கள், ஊர்களுக்கு இடையிலான அடிபிடிகள் எனப்பலவற்றைக் காணலாம். ஆனால் சிங்களப் பேரினவாதம் இவற்றையெல்லாம் கணக்கிலெடுக்காது தமிழ் மக்களை ஒட்டுமொத்தமாக வலுவிழக்கச் செய்து தமிழர் தாயகம் அனைத்தும் சிங்கள பௌத்தத்தின் வரலாற்று உரிமைக்கு உட்பட்ட இடங்கள் என்ற கருத்தை நிலைநாட்ட அயராது உழைத்து வருகிறது.

1958ஆம் ஆண்டிலும் 1977ஆம் ஆண்டிலும் 1983ஆம் ஆண்டிலும் அவற்றைத் தொடர்ந்து வந்த போர் ஆண்டுகளிலும் சிங்கள பௌத்த பேரினவாத அரசுகளும் அவற்றின் படைகளும் தமிழ் மக்களை சாதி, சமூக, மத, பிரதேச மற்றும் வட்டார பேதமின்றி அழித்தொழிக்க முற்பட்டு வந்துள்ளன. போர்க்காலத்தில்

நெருக்கடிக்குள் உள்ளதா தமிழ்த் தேசியம்? ▸ 08

எம்மை நோக்கி எப்போதும் நீண்ட சிங்களப் பேரினவாதத்தின் துப்பாக்கிகள் எம்மை யாழ்ப்பாணத்தான் என்றோ, திருகோணமலையான் என்றோ, வன்னியான் என்றோ, மட்டக்களப்பான் என்றோ வேற்றுமைப்படுத்தியது கிடையாது.

சிங்களப் பேரினவாதிகளின் கண்களில் நாம் அனைவருமே தமிழராகவே காணப்பட்டோம். விடுதலைப் புலிகளோடு நீண்டகாலம் போரிட்டதால் பெற்ற அனுபவங்களைக்கொண்டும், வெளிநாடுகள் மற்றும் ஏகாதிபத்தியங்கள் எவ்வாறு தாங்கள் அடிமைப்படுத்திய சமூகங்களை பிரித்து ஆண்டு வந்துள்ளன என்பதை அண்மையில் நுட்பமாக கற்கத் தொடங்கியதாலும் இன்று சிங்களப் பேரினவாதம் புதிய வடிவம் பெற்றுள்ளது. தமிழ் சமூகத்திலுள்ள சகல முரண்பாடுகளையும் ஆழமாகக் கற்றறிந்து அவற்றை கூர்மையடையச் செய்து தமிழ் சமூகத்தின் அரசியல் ஒருமைப்பாட்டை சிதைக்க வேண்டும் என்பதில் நவீன சிங்கள பௌத்தம் மிகத்தெளிவாகவே உள்ளது.

இன்று ஹெல உறுமயவின் போசகர்களாக இருக்கின்ற திலக் கருணாரட்ண **(தலைவர்)**, சம்பிக்க ரணவக்க **(தேசிய அமைப்பாளர்)**, உதய கமான்பில்ல **(பொதுச் செயலாளர்)** ஆகிய மூவரும் 16 வருடங்களுக்கு முன்னர் என்னோடும், நான் சார்ந்திருந்த இயக்கத்தோடும் நெருங்கி பழகியவர்களே. சிங்கள பௌத்தத்தின் வெற்றிக்காக அவர்கள் இன்று மிக நுட்பமாக செயற்பட்டு வருகின்றனர்.

போரில் வென்றெடுக்க முடியாத தமிழ் சமூகத்தை அதனுள் இயல்பாகக் காணப்படும் முரண்பாடுகளை கூர்மையடையச் செய்வதன் மூலம் அடக்கிஆளலாம் என இந்த நவீன சிங்களப் பேரினவாதிகள் நம்புகின்றார்கள். அதற்கென நமது சமூகத்தின் வெங்காயத்தனமான பிளவுகளையும் முரண்பாடுகளையும் அவர்கள் இன்று நிறையவே கற்றுவருகின்றார்கள். இந்தக் கற்றலின்

வெளிப்பாடுதான் ஜாதிக ஹெல உறுமயவுக்கும் கருணாவிற்கும் ஏற்பட்ட நெருக்கமான தொடர்பாகும்.

இதனால்தான், இன்று ஜாதிக ஹெல உறுமய கட்சி இலங்கைத் தொழிலாளர் காங்கிரஸுடனும் ஈ.பி.டி.பி.யுடனும் உறவை ஏற்படுத்தியுள்ளது.

ஒரு காலத்தில் தமிழரையே சாதியத்தின் பெயரால் மிருகத்தனமாக ஒடுக்கியபோது சிங்கள பௌத்த பேரினவாதம் ஒடுக்கப்பட்டவர்களின் சார்பாக எம்மிடையே புகுந்து எமது தேசிய ஒருமைப்பாட்டை சிதைத்து விடலாம் என பல வேலைத்திட்டங்களில் ஈடுபட்ட கதைகளை யாழ்ப்பாணத்திலுள்ள சொக்கதிடல் போன்ற ஒடுக்கப்பட்ட ஊர்களின் வரலாறுகளை நாம் கற்கும்போது தெளிவாக அறிந்து கொள்ளலாம்.

(1984ஆம் ஆண்டில் ஸ்ரீலங்கா இராணுவம் எம்மை முற்றுகையிட்டபோது சொக்கதிடலில் ஓடி ஒளிய நேரிட்டது. அப்போது அங்கு நான் கேட்டறிந்த கதையை இன்றும் மறப்பது கடினமாகவே உள்ளது.)

கொழும்பிலுள்ள சிங்கள, பௌத்த அறிஞர்கள் சிலர் தமிழ் சமூகத்தை எந்தெந்த வகையில் பிரித்து ஆளலாம் என வெளிப்படையாகவே இன்று பேசுகின்ற ஒரு சூழல் தோன்றியுள்ளது.

எமது சமூகத்தில் காணப்படுகின்ற சகல வகையான முரண்பாடுகளையும் எவ்வாறு பயன்படுத்தி எமது தேசிய ஒருமைப்பாட்டை அழித்துவிடலாம் என்பதில் இன்று நவீன சிங்களப் பேரினவாதிகள் பெருநாட்டம் கொண்டுள்ளனர்.

கடந்த மூன்று மாதங்களாக கிழக்கில் காணப்படுகின்ற நிலைமைகள் சிங்களப் பேரினவாதிகளின் எண்ணத்துக்கு மேலும் வலுச் சேர்த்துள்ளன. கிழக்கு மாகாணம் தமிழர் தாயகத்தின் ஒரு இன்றியமையாத அங்கம் என நாம் ஒரு புறம்

கூக்குரலிட்டுக்கொண்டிருக்கையில், மறுபுறம் எம்மிடையே சில துரோகிகள் எம் எதிரிகளோடு கைகோர்த்துக் குலாவித்திரிகின்றனர்.

போர்க்காலத்தில் வெல்ல முடியாததை மிக நுட்பமான பிரித்தாளும் தந்திரோபாயங்களின் ஊடாக எம்மை வென்று விடலாம் என சிங்களப் பேரினவாதிகள் எதிர்பார்க்கின்றனர். அவர்களோடு அண்மைக் காலத்தில் எனக்கு உரையாடக் கிடைத்த சந்தர்ப்பங்களிலெல்லாம் அவர்கள் எமது சமூகத்தை எந்தளவுக்கு நுட்பமாக புரிந்து செயல்பட விரும்புகிறார்கள் என்பதை நான் இலங்கையிலும் வெளிநாடுகளிலும் மிகத் தெளிவாக அறியக் கூடியதாயிற்று. இது கிழக்கைச் சேர்ந்த மக்களுக்கு ஒரு முக்கிய சவால் ஆகும்.

இடையே ஒரு மிக முக்கியமான விடயத்தைச் சுட்டிக்காட்ட வேண்டியுள்ளது. ஆரம்ப காலத்திலே தமிழ் மக்களிடையே பிராந்திய வேறுபாடுகள், ஊர் முரண்பாடுகள், சமய வேற்றுமைகள் போன்றவற்றை மேவிநின்ற ஒரு முற்போக்கான- சமதர்மநோக்கம் கொண்ட- தமிழ்த் தேசியக் கோட்பாட்டை மிகவும் முயற்சி செய்து கட்டியெழுப்ப தமிழரசுக் கட்சியும் பின்னர் தமிழர் விடுதலைக் கூட்டணி மற்றும் மாணவர் பேரவை போன்ற பல அமைப்புகளும் இடையறாத போராட்டங்கள் மூலமாகவும் அரசியல் வகுப்புகளின் ஊடாகவும் ஊர் ஊராகவும் தெரிவு செய்யப்பட்ட இரகசிய குழுக்கள் ஊடாகவும் பரப்ப கடும் முயற்சி எடுத்தன. பல்வேறு வேலைத்திட்டங்களில் சளைக்காது ஈடுபட்டன.

இந்த காலகட்டத்தின் பின்னர் உருவாகிய பல்வேறு இயக்கங்கள் ஊர் ஊராக மக்களை - குறிப்பாக இளம் சமூகத்தை - அணிதிரட்டி அவர்களுக்கு தமிழ்த் தேசியத்தின் அரிவரியிலிருந்து கார்ல் மார்க்ஸின் மூலதனம் வரை ஒரு பரந்துபட்ட அரசியல் பார்வையை - தெளிவை - அத்தெளிவின் ஊடாக ஏற்படக்கூடிய போராட்டப் பற்றுறுதியை - உண்டாக்கின.

இதன் காரணமாகத்தான் புலிகள் தேடித் தேடி அழிக்க முற்பட்ட முன்னாள் மாற்றியக்கக்காரர்கள் பலர் இன்று எமது மக்களின் விடிவுப் போராட்டத்துக்கு தம்மால் இயன்றதை எங்கிருந்தாயினும் செய்ய வேண்டும் என ஏங்கி நிற்கின்றனர்.

இன்று விடுதலைப் புலிகள் தமிழ் மக்களிடம் வீடு வீடாகச் சென்று அரசியல் தெளிவையும் ஒரு பரந்துபட்ட பார்வையையும் ஏற்படுத்த உடனடியாக ஆவன செய்ய வேண்டும்.

மட்டக்களப்பில் அண்மையில் ஏற்பட்ட குழப்பங்கள், எந்தளவுக்கு அரசியல் அறிவீனம் என்பது மிக ஆழமாக புரையோடிப் போயிருந்துள்ளது என்பதை நமக்கு நன்றாகக் காட்டிற்று. எத்தனையோ ஆயிரம் போராளிகளைப் பறிகொடுத்து கட்டியெழுப்பப்பட்ட தமிழ்த்தேசிய உணர்வை கணப்பொழுதில் ஒரு சிலர் தங்களது சுயநலத்திற்காகத் தூக்கியெறிந்து கண்ணிமைக்கும் பொழுதில் பிரதேசவாதச் சேற்றுக்குள் உழல்கின்ற எருமைகளாக மாறியதன் அடிப்படைக் காரணம் அரசியல் அறிவீனமே அன்றி வேறில்லை. தமிழ் மக்களை பட்டி தொட்டியெங்கும் இன்று அரசியல் தெளிவு படுத்த வேண்டிய தேவை எம்முன் உள்ள மாபெரும் வரலாற்றுக் கடமையாகும்.

ஒரு காலத்தில் ஊர் ஊராக காடுமேடு பள்ளம் எனப்பாராது அரசியல் வகுப்பெடுக்க தமிழீழத்தின் பல அறியா மூலைமுடுக்குகளிலெல்லாம் அலைந்து திரிந்த பல்வேறு இயக்கங்களினுடைய அரசியல் மற்றும் மக்கள் அமைப்பைச் சேர்ந்த போராளிகளின் வேலைகள் ஏதோ வகையில் பல்வேறு நன்மைகளை செய்துள்ளன.

வெற்றி பெற்ற விடுதலைப் போராட்டங்களின் கதைகளை, எமது போராட்டத்தின் தெளிவுகளை, தோல்வியடைந்த பல்வேறு ஒடுக்கப்பட்ட மக்கள் போராட்டங்களின் தவறுகளை எமது மக்களிடையே சலிப்பின்றி நாம் கொண்டு சென்று புரிய வைக்க வேண்டிய வரலாற்றுக் கடமை எம்முன் பரந்து கிடக்கிறது.

சர்வதேச நல்லெண்ணத்தை பெற்றுக் கொள்வதற்கு நாம் காட்டுகின்ற ஊக்கத்தைவிட பல நூறு மடங்கு ஆர்வத்துடன் நாம் எமது மக்களிடையே பரந்து சென்று பேச வேண்டிய காலம் இது. இதை மறந்த பந்தா பரமசிவன்கள் தமிழீழ விடுதலை வரலாற்றின் குப்பைத் தொட்டிக்குள் வீழ்வது தவிர்க்கப்பட முடியாதது.

ஊடகங்கள் மூலமாக மக்களை முழுமையாக சென்றடைந்து விடலாம், அவர்களுக்கு அரசியல் தெளிவை ஏற்படுத்துவதற்கு ஊடகங்களே போதும் என எண்ணுவது மகாதவறாகும். தகவல்போர் யுகத்தில் நாம் வாழ்பவர்கள் என்ற வகையில் ஊடகங்கள்- குறிப்பாக எமது போராட்டம் சார்ந்த ஊடகங்கள்- மிக நுட்பமாகச் செயற்பட வேண்டும் என்பதிலோ அதில் நாம் கட்டாயம் பெரு முதலீடு செய்ய வேண்டும் என்பதிலோ மறுபேச்சுக்கு இடமில்லை. ஆனால் மக்களிடம் சென்று அரசியல் கருத்தரங்குகளையும் உலக விடுதலைப் போராட்டங்கள் பற்றிய தெளிவு ஏற்படுத்தும் கூட்டங்களையும் நாம் செய்யும் வரை எமது ஊடகச் சாதனைகள் நீர் மேல் ஊற்றிய மண்ணெண்ணெய்யாகத்தான் இருக்கும்.

(இருவாரங்களுக்கு முன்னர் வீரகேசரி வார வெளியீட்டில் எனது ஆங்கில பத்தி ஒன்றைத் தழுவி எழுதப்பட்ட கட்டுரையில் சில பெரும் தவறுகள் நிகழ்ந்துள்ளன.

கேணல் ஜெயம் புலிகளுக்கு எதிராகத் தேசத்துரோகச் செயலில் ஈடுபட்டார் எனவும் அதன் காரணமாக அவர் கைது செய்யப்பட்டு கடும் தண்டனைக்குள்ளாக்கப்பட்டார் எனவும் இதோடு ஒப்பிடுகையில் கருணா 6 கோடி ரூபா பணத்தை கையாடியது ஒரு பெரும் குற்றமல்ல எனவும் ஒரு மிகத் தவறான கருத்து. வெளியாகியுள்ளது. இது மறைக்கவோ மன்னிக்கப்படவோ முடியாத ஒரு பெரும் பிழையாகும்.

தராக்கி சிவராம் ▶ 13

மாத்தையாவினுடைய சதிக்கும் கேணல் ஜெயத்திற்கும் எந்தவித தொடர்புமில்லை எனத் திட்டவட்டமாகத் தெளிவாகியதாலேயே ஜெயத்துக்கு கேணல் பதவி வழங்கப்பட்டது என்பது எனது கூற்றில் தொக்கி நிற்கும் உண்மையாகும்.)

25.07.2004

கடலாதிக்கப் போட்டியில் சிக்கியுள்ள இந்துமா கடல்

இந்து மா கடல் பிராந்தியத்தில் அமெரிக்காவுடன் கூட்டாக இணைந்து ஒரு செல்வாக்குள்ள சக்தியாக ஜப்பான் தன்னை வளர்த்துக் கொள்வதை கடந்த நான்கு வருடங்களில் வெளிப்படையாகக் காண முடிகிறது. ஆனால் ஜப்பான் காலடி வைத்த எல்லா முயற்சிகளுமே படுதோல்வியில் முடிந்திருக்கின்றன.

அடுத்ததாக சீனாவை எடுத்துக் கொண்டால் சீனா தங்களுடைய போரியல் நோக்கங்களைவிட தன்னுடைய வளர்ச்சிக்குத் தேவையான மூல வளங்கள் வருவதற்கான பாதுகாப்பை உறுதிப்படுத்துவதற்கான வேலையில் நீண்டகாலமாகச் செயற்பட்டு வருகிறது.

அமெரிக்காவினுடைய நோக்கங்களிற்கும் சீனாவுடைய நோக்கங்களிற்கும் ஒரு வித்தியாசம் இருக்கிறது. சீனாவைப் பொறுத்தவரையில் அது மிக துரிதமாக வளர்ந்துவருகின்ற பொருளாதார நாடாகும்.

அந்தப் பொருளாதாரம் இயங்குவதற்கு எரிபொருள் என்பது மிக மிக அத்தியாவசியமானதாகக் கருதப்படுகிறது. சூடானிலிருந்துதான் இந்த எரிபொருட்கள் செல்கின்றன. சீனா மீது ஒரு அழுத்தத்தைக் கொடுக்க வேண்டுமானால் இந்த எரிபொருள் விநியோகத்தின் மீது ஒரு அழுத்தத்தைக் கொடுத்தால் சீனா இரண்டு நாள் தொடர்ந்து இயங்குவது கூட நெருக்கடியாக இருக்கும்.

ஆகவேதான் சீனா தன்னுடைய எரிபொருள் கடற்பாதைக்கு தானே கடற்பாதுகாப்பு வழங்கும் நடவடிக்கைகளை செய்து வருகிறது.

ஹோலஸ் நீரிணையின் தென்பக்கத்தை அமெரிக்காவும் அதன் கூட்டு நாடுகளும் கட்டுப்படுத்துகின்றன. இதனுடைய வட முனையில் ஈரான் இருக்கிறது. ஈரானுடைய கரையோரத்தில் வண்டர் அபாஸ் என்கின்ற துறைமுகத்தை கடற்படைத் தளமாக சீனா நீண்ட காலமாக விரிவாக்கும் நோக்கில் ஈரானுடன் இணைந்து செயற்பட்டு வருகிறது. அந்த பாதையில் வரும்போது அடுத்ததாக வருவது பாகிஸ்தானின் கரையோரம். இந்த கரையோரத்தில் குவாடார் என்கின்ற இடத்தில் உள்ள கடற்படைத் தளத்தை விரிவாக்குவதற்கு சீனா முயற்சி செய்கின்றது.

போர் அல்லாத சிவிலியன்களின் தேவைகளுக்காகவே இந்த கடற்படைத் தளத்தை விரிவாக்குவதாக பாகிஸ்தானுக்கு உதவுவதாக சீனா கூறினாலும், சீனாவின் பாதுகாப்புக்கு இதுவும் உத்தரவாதமாக அமைந்திருக்கிறது.

இந்தப் பாதை அடுத்ததாகச் சந்திக்கும் இடம் இலங்கையினுடைய முனை. இந்த பகுதியில் சீனா முதலாவதாக சந்திப்பது மாலை தீவை. 1999 ஆம் ஆண்டு மாலைத் தீவிலுள்ள மொறர்கோ தீவு என்கின்ற பகுதியை தளமாக மாற்றுவதற்கான பேச்சுவார்த்தைகளை சீனா ஆரம்பித்தது. 2001 ஆம் ஆண்டு சீனப் பிரதமர் அங்கு சென்ற போது அந்த ஒப்பந்தத்தை முடித்துள்ளார்கள்.

2010 ஆம் ஆண்டு அந்த தளம் நடைமுறைக்கு வரும் என்று கூறப்படுகிறது. அடுத்ததாக இலங்கை, நீண்டகாலமாக இலங்கையினுடைய எரிபொருள் துறையோடு நெருங்கிய சம்பந்தமுடைய நாடாக சீனா இருந்து வருகிறது. இலங்கை பெற்றோலியக் கூட்டுத்தாபனத்துடன் அதனுடைய வளர்ச்சியில் நெருங்கிய தொடர்புள்ள நாடாக சீனாதான் நீண்டகாலமாக இருந்து வருகிறது.

இந்தியா குறித்த ஸ்ரீலங்கா அரசியல் தலைவர்களுக்கு இருக்கும் அச்சம் காரணமாகவே சீனாவுடன் ஸ்ரீலங்கா தலைவர்கள் இந்த

உறவை வளர்த்து வந்தார்கள். அதனுடைய வெளிப்பாடாகத்தான் திருகோணமலைக்கு மாற்றான ஒரு எண்ணெய்க் குதத்தை மேற்கு கரையில் 2001 ஆம் ஆண்டு கட்டத் தொடங்கி அண்மையில் அதை ஸ்ரீலங்கா அரசிடம் கையளித்திருக்கிறது.ஆனால் சீனாவுக்கு தன்னுடைய எரிபொருள் பாதையில் பிரச்சினை ஏற்படும்போது முக்கிய இடமாக முத்துராஜவலையில் இருக்கும் அந்த எண்ணெய்க் குதம் அமையுமென்பது புலனாகிறது.

அண்மையில் இலங்கையின் பெற்றோலியக் கூட்டுத்தாபனத்தை இந்தியாவுக்கு முழுமையாக கொடுக்கக்கூடாது என்பதற்காக சில ஆர்ப்பாட்டங்கள் நடந்தன. வேலை நிறுத்த நடவடிக்கைகள் கூட இடம்பெற்றன. அதன் பின்னணியில் சீனாவின் நலன்கள் இருப்பதாகவே கொழும்பிலுள்ள ஆய்வாளர்கள் தெரிவித்திருந்தனர்.

அடுத்ததாக இந்தியாவை எடுத்துக்கொண்டால் இந்தியா ஒரு சுதந்திர நாடாக காலடி எடுத்துவைப்பதற்கு முன்னதாகவே கே.எம். பனிக்கர் இந்தியா ஒரு கடல் வல்லரசாக வரவேண்டும் என்பது குறித்து எழுதியிருந்தார். அவருடைய நூலில் தூரதிருஷ்டியான சில விடயங்கள் சொல்லப்பட்டிருக்கின்றன. அதாவது இந்தியா வல்லரசாக வரவேண்டுமானால் சொக்கோட்ரா தீவு, ஓடின் என்பவற்றைக் கட்டுப்படுத்தவேண்டும். மொறீசியஸை க் கட்டுப்படுத்த வேண்டும். மலாக்கா நீரிணையை இந்தியா மேலாதிக்கம் செலுத்த வேண்டும் என்றெல்லாம் அவர் விரிவாக எழுதியிருக்கிறார். ஆனால் அவற்றையெல்லாம் அவர் கூறிய பின்னர் சுதந்திரமடைந்த இந்தியாவின் கருத்துகள் நீண்டகாலமாக இந்திய பெருநிலப் பரப்பில்தான் குறியாக இருந்தன. காரணம் சீனாவின் அச்சுறுத்தலும் பாகிஸ்தானின் சிக்கலும், இவற்றின் காரணமாக இந்தியாவின் கவனமெல்லாம் இந்திய பெரு நிலப்பரப்பில் தான் இருந்து வந்தது. ஆனால் 1970 களில் ஆரம்பத்தில் டிய10கோகாசியாத் தீவில் அமெரிக்கா காலடி எடுத்து வைத்த பின்னரும் 1977 ஆம் ஆண்டு பங்களாதேஷ் போரின்போது இந்த கடல் எந்தளவுக்கு முக்கியமான பங்கை வகித்தது?

அதேவேளை அந்த கடல் பகுதிக்கு அமெரிக்கா தன்னுடைய விமானந்தாங்கி கப்பலான பங்கு ருளு நுவெநசிசளைநள ஐ எவ்வாறு அனுப்பி ஒரு அச்சுறுத்தலை ஏற்படுத்தியது என்பவற்றையெல்லாம் அறிந்து கொண்ட பின்னர் இந்த கடலைப் பற்றிய சிந்தனை இந்தியாவுக்கு மீண்டும் தோன்றுகின்றது. அதனுடைய வெளிப்பாடாக இந்துமா கடலில் அநேகமான பகுதிகளில் இந்தியா கடல் ஒப்பந்தங்களை செய்வதற்கான ஊக்கத்தைக் கொடுக்கின்றது. அதில் இலங்கையுடனான கடல் ஒப்பந்தம், மாலைத்தீவுடனான முன்னீர் சந்தி ஒப்பந்தம் என பல ஒப்பந்தங்களை இந்தியா செய்து வருகிறது.

அதனூடாக இந்த பிராந்தியத்தை தெளிவாக வரையறுக்கும் வேலையை இந்தியா செய்கிறது.

அதற்கு அடுத்ததாக இந்தியா இப்போது முதன்முறையாக சென்கரையோரத்தில் ளுநய டீசைன என்கின்ற பெயரில் கடற்படைத் தளத்தை நிறுவி வருவதோடு ரஷ்யாவிடமிருந்து வான்படைத் தாங்கி கப்பல் ஒன்றை வாங்குவதற்கான ஒப்பந்தத்தை இந்த வருடம் ஜனவரியில் இந்தியா செய்து கொண்டது. அதாவது இந்தியா ஒரு கரையோரப் பாதுகாப்பு முறையில் இருந்து இந்து மா கடல் பகுதியை கண்காணிக்கக்கூடிய ஒரு வளர்ச்சிப் போக்குக்கு வந்திருக்கிறது.

வங்காள விரிகுடாவின் வழியாகச் செல்லும் கடல் பாதை தொடுகின்ற இடம் இந்தியாவுக்குச் சொந்தமானது. அதாவது அந்தமான் நிக்கோபார் தீவுகள். இந்த தீவுகளுக்கு நடுவாகத்தான் இந்த பாதை போகின்றது. அந்த பகுதியை தனி கட்டளைத் தளமாக இந்தியா தற்போது உருவாக்கியுள்ளது. அடுத்ததாக இந்தியாவுக்கு இயற்கையான அரணாக இலட்சத் தீவுகள் உள்ளன.

இந்தியா நீண்ட காலமாக நம்பியிருப்பது இரண்டு இயற்கை அரண்களான இலட்சத் தீவுகளையும் அந்தமான் நிக்கோபார்

தீவுகளையும் தான். அவை மட்டும் போதாது என்ற நிலை தற்போது ஏற்பட்டு வருகிறது. அதற்கு முக்கிய காரணம் அமெரிக்கா தற்போது இப்பிராந்தியத்தில் ஏற்படுத்தி வரும் ஒழுங்குகள்.

அடுத்ததாக டியூகோ காசியா தீவு. இந்த தீவுதான் இப்பொழுதும் அமெரிக்காவினுடைய படை பலத்திற்கு அடித்தளமாகவுள்ளது.

அந்த விடயத்தில் இந்தியாவுக்கு இருக்கும் நிலைப்பாட்டையும் பார்க்கவேண்டும். டியூகோ காசியா தீவு பிரிட்டிஷாரால் அமெரிக்காவிற்கு வழங்கப்பட்ட தீவாகும்.

மொறிசியஸினுடைய ஒரு பகுதியாகத்தான் இத்தீவு இருந்து வந்தது. மொறீசியஸ் சுதந்திரமடைந்தபோது சட்டப்படி டியூ கோகாசியா தீவு மொறீசியஸிற்கு சொந்தமானதாக இருக்க வேண்டும். ஆனால் அது கொடுக்கப்படவில்லை.

ஆனால், இந்தியா இப்போது வெளிப்படையாக மொறிசியஸ் தீவினுடைய திறமையை வெளிப்படுத்தி வருகிறது. மொறிசியஸ் மீண்டும் டியூகோ காசியாவை சொந்தமாக்கிக் கொள்ள வேண்டுமென இந்தியா வலியுறுத்தி வருகிறது. இதனுடைய அடிப்படை என்னவென்பது நமக்கு தெளிவாகத் தெரிகிறது. அதாவது மொறீசியஸ் தீவிற்கு டியூகோ காசியா மீண்டும் சொந்தமாகும் பட்சத்தில் அமெரிக்கா இந்துமா கடலில் காலூன்றுவதற்கு அடிப்படையான தளம் இல்லாமல் போகும். இதை அமெரிக்காவும் உணர்ந்திருக்கிறது. அதன் காரணமாகத்தான் இலங்கையில் ஒரு முக்கிய தளத்தை ஏற்படுத்துகின்ற வேலைகள் அண்மைக்காலமாக வேகமாக முன்னெடுக்கப்பட்டு வந்தன.

அதற்கான ஒப்பந்தம் 2002 ஜூலை மாதம் கைச்சாத்திட இருந்த போது இந்தியா அதில் தலையிட்டு ஒப்பந்தத்தில் கையெழுத்திடாமல் தடுத்திருக்கிறது. ஆனால் எவ்வாறாயினும் இலங்கையிலும் மாலை தீவிலும் காலூன்ற வேண்டும் என்பதில்

அமெரிக்கா மிகத் திட்டவட்டமாக இருக்கின்றது. இதில் இரண்டாம் பேச்சுக்கே இடமில்லாத அளவுக்கு முன்னர் இரகசியமாக நடந்த இத்திட்டங்கள் தற்போது வெளிப்படையாக நடக்கின்றன. அதற்கான ஆவணங்களையும் காணக்கூடியதாக இருக்கிறது.

இதில் ஈழத் தமிழர்களின் எதிர்காலமும் பின்னிப் பிணைந்துதான் இருக்கின்றது. ஏனென்றால் 1987 ஆம் ஆண்டு கைச்சாத்திடப்பட்ட இந்திய இலங்கை ஒப்பந்தத்தினுடைய சாராம்சத்தைப் பார்த்தால் அதனுடைய அடித்தளத்தைப் பார்த்தால் இலங்கையில் வேறு நாட்டுப் படைகள் காலூன்ற முடியாது. இலங்கையின் எந்தவொரு வான்படைத் தளத்தையோ அல்லது கடற்படைத் தளங்களையோ குறிப்பாக திருகோணமலையையோ வேறு எந்த நாடும் பயன்படுத்த முடியாது. இந்த தளங்களை, துறைமுகங்களை இந்தியாவுடன் கூட்டாகத்தான் பயன்படுத்த முடியும் என்பது அந்த ஒப்பந்தத்தின் அடிப்படை ஆகவே ஈழத்தமிழர் பிரச்சினையில் இந்தியா தலையிட்டதற்கு அன்று ஏற்பட்ட அமெரிக்க அச்சுறுத்தல்தான் முக்கியமான காரணம். அன்று இதை பலர் கண்டுகொள்ளவில்லை.

ஈழத்தமிழர் பிரச்சினையின் ஊடாக ஓர் அழுத்தத்தை இலங்கை அரசுக்கு ஏற்படுத்தி அதனூடாக இந்திய - இலங்கை ஒப்பந்தத்தை இந்தியா கைச்சாத்திட்டுக் கொண்டது. அந்த விடயத்தில் ஈழத் தமிழர்கள் இல்லாத நிலையில் இலங்கை அரசு மீது ஒரு அழுத்தத்தைக் கொடுக்க முடியாது என்பதிலும் இந்தியா தெளிவாக இருக்கிறது.

சிங்கள அரசியல்வாதிகளைப் பொறுத்தவரை இந்தியா தங்களை விழுங்கிவிடும் இந்தியா தமக்கு பக்கத்திலிருக்கும் ஒரு பெரிய நாடு என்கின்ற உணர்வில் அவர்கள் வரலாற்று ரீதியாக சீனாவுடனும், அமெரிக்காவுடனும், பாகிஸ்தானுடனும் உறவுகளை வைத்துக் கொண்டு இந்தியாவை சமப்படுத்தப்பார்க்கிறார்கள். இந்தியாவினுடைய செல்வாக்கு பெரியளவில் வந்துவிடக்கூடாது. நேபாளத்தைப் போல் பங்களாதேஷைப் போல் இருக்கக்கூடாது.

நாங்கள் தனித்துவமாக இருக்கவேண்டும். அதற்கு ஒரு வழி சீனாவுடனும் பாகிஸ்தானுடனும் அமெரிக்காவுடனும் சில ஒப்பந்தங்களைச் செய்து கொள்வது தான் சிறப்பு வழி என்கின்ற வகையில் வரலாற்று ரீதியில் இலங்கை சிங்கள அரசியல்வாதிகள் செயல்பட்டுள்ளனர்.

உதாரணமாக இலங்கையினுடைய வெளிநாட்டு வியாபாரம் இற்றைக்கு ஐம்பது ஆண்டுகளுக்கு முன்னர் சரி அரைப் பங்கு இந்தியாவிடமிருந்தது. ஆனால் சுதந்திரமடைந்து பத்து வருடங்களில் அதை இருபது சதவீதத்திற்கு மாற்றிவிட்டார்கள்.

இது மீண்டும் இலங்கைக்கு கை நழுவி சென்று விடாமல் இருப்பதற்கு ஈழத் தமிழர்களுடைய அழுத்தம் தேவையாக இருக்கிறது என்பதை இந்தியா சரியான முறையில் கணிப்பிட்டு செயற்படுமென நம்புகிறேன்.

19.12.2004

'ஆர்ச்' பிரச்சினையில் இருந்து பெற்ற அனுபவம்

இந்தோனேசியாவின் 'ஆர்ச்' மாநிலப் பிரச்சினையும், அதனைத் தீர்த்துவைப்பதற்காக அண்மையில் நடைபெற்ற சமாதான முயற்சிகளும், தமிழ் மக்களின் பிரச்சினையை ஒத்ததாகவே இருக்கின்றது.

வடக்குக் கிழக்கைப் பொறுத்தவரையில், எதுவுமே நிட்சயமில்லாத இந்தக் காலகட்டத்தில், 'ஆர்ச்' பிரச்;சினை தொடர்பாக வெளிப்படையாகத் தெரிகின்ற சில விடயங்களை நாம் நிச்சயம் கவனத்தில் எடுத்தேயாகவேண்டி உள்ளது.

இந்தோனேசியப் பிரச்சினையை டோக்கியோவில் வைத்து சமாதானப் பேச்சுவார்த்தைகளின் மூலமாகத் தீர்த்து வைப்பதற்கு ஜப்பான் மேற்கொண்ட முயற்சிகள் கடந்த வாரம் தோல்வியில் முடிவடைந்தது. அதனைத் தொடர்ந்து, 'ஆர்ச்' விடுதலைப் போராளிகளை ஒழித்துக்கட்டுவதற்காக இந்தோனேசிய இராணுவம் ஆயிரக்கணக்கான தனது படையினரைப் 'பரசூட்டுக்கள்' மூலம் 'ஆர்ச்' மாநிலத்தில் தரையிறக்கினா்.

டோக்கியோ சமாதான மாநாடு தோல்வியில் முடிவடைந்ததைத் தொடர்ந்து, அமெரிக்கா, ஜப்பான், அவுஸ்திரேலியா மற்றும் ஐரோப்பிய ஒன்றியம் என்று பலரும், சண்டையை நிறுத்தும்படி இரண்டு தரப்பினரிடமும் கோரிக்கை விடுத்திருந்தார்கள். இப்படியான சமாதானத்திற்கான கோரிக்கைகள் சமாதானத்திற்கான கோரிக்கைகள் பலதரப்பாலும் முன்வைக்கப்பட்டிருக்கும் போதிலும், இந்தோனேசிய இராணுவத் தளபதி ஜெனரல் எந்ரியார்தனோ சுட-ார்டோ, போராளிகளை அழித்தொழிக்கும் படி

தனது இராணுவத்தினருக்குக் கட்டளையிட்டிருந்தார். இப்படி சமாதானத்திற்கான அழைப்பை விடுத்திருந்த பெரிய சக்திகளோ, உண்மையிலேயே இந்தோனேசிய இராணுவத்தினது திட்டங்களைப் பூரணமாக அறிந்திருந்த அதேவேளை, மிகவும் துரித கதியில் போராளிகளுக்கு எதிராக நடவடிக்கை எடுக்கப்படவேண்டும் என்றும் இவற்றில் சில சக்திகள் ஆவல் கொண்டிருந்தன.

ஆர்ச் மாநிலத்தில் காணப்படுகின்ற வளங்களில் இருந்து கிடைக்கும் நன்மைகளை, இந்தோனேசிய மத்திய அரசு, 'ஆர்ச்' மாநிலத்துடனும் பங்கிட்டுக்கொள்ளவேண்டும் என்பதும், விடுதலைப் போராளிகளது ஒரு முக்கியமான கோரிக்கையாக முன்வைக்கப்பட்டிருந்தது. 'ஆர்ச்' பிரதேசங்களில் எந்தவிதமான அபிவிருத்தி நடவடிக்கைகளும் கடந்த காலங்களில் மேற்கொள்ளப்படவில்லை. முன்னைய இராணுவ நடவடிக்கைகளினால் பாதிக்கப்பட்டவர்களுக்கு நிவாரணம் கிடைக்கவில்லை. இதன் காரணமாக, இப்பிரதேச வாழ் மக்கள் மிகவும் வறுமையான நிலையிலேயே தொடர்ந்து காணப்படுகின்றார்கள்.

தேசிய வருமானம் அனைத்தும் மத்திய அரசாங்கத்தினாலேயே கையாளப்பட்டு வருவதால், தங்களது தாயகப் பிரதேசங்கள் அபிவிருத்தி அடையாமல் இருப்பதுடன், தமது தாயகப் பூமியில் இருந்து கிடைக்கும் வளங்கள் கூட மத்திய அரசாங்கத்தின் சுரண்டல்களுக்கு உள்ளாகி விடுவதாக, 'ஆர்ச்' கெரில்லாக்கள் தெரிவிக்கின்றார்கள்.

'ஆர்ச்' மாநிலமானது, மிகுந்த வளங்களைக் கொண்ட ஒரு பிரதேசம் என்பதுடன், கேந்திர முக்கியத்துவம் வாய்ந்த ஒரு அமைவிடமாகவும் அது உள்ளது. உலகின் பெரும்பாலான வர்த்தகப் போக்குவரத்து நடைபெறுகின்றதான 'மலாக்கா' கால்வாயின், 'வாய்' என்று கூறப்படுகின்ற இடத்தில், 'ஆர்ச்' தனது அமைவிடத்தைக் கொண்டிருப்பது, இதன் சிறப்பம்சம் ஆகும்.

'ஆர்ச்'ஆனது, இந்தோனேசிய நாட்டின் ஒரு பகுதி என்றாலும், தமது சொந்த நன்மைகளை அடிப்படையாகக் கொண்டே இந்தப் பிரதேசம் தொடர்பாக, மேற்குலகம் அதிக அக்கறை செலுத்தி வருகின்றது.

'ஆர்ச்' பிரச்சினையில் இருந்து, இலங்கையின் வடக்குகிழக்கு பிரச்சினை அதிக வேறுபாடுகளைக் கொண்டிருக்கவில்லை. இந்து மகா சமுத்திரத்தின் இரண்டு முக்கிய கடற்பாதைகள், இலங்கையின் வடக்கு கிழக்கை அண்டியதாகவே அமைந்துள்ளன. இந்து சமுத்திரத்தின் முக்கியமான ஒரு சந்தி, மன்னார் குடாவை அண்டியும், வங்காள விரிகுடா கடற் போக்குவரத்துப் பாதை இலங்கையின் கிழக்குக் கடற்பரப்பை அண்டியுமே அமைந்துள்ளன.

'ஆர்ச்' போன்று அல்லாமல், வடக்கு கிழக்குப் பிரதேசம் எண்ணெய்வளம் அற்ற ஒரு பிரதேசமாக இருக்கலாம். ஆனால், வடக்கு கிழக்கின் சில கரையோரப் பிரதேசங்கள் இல்மனைட் மற்றும் 'ரூட்டில்' தாதுப் பொருட்களை பெருமளவு தமதாகக் கொண்டிருக்கின்ற பிரதேசங்களாகும்.

புல்மோட்டை, முல்லைத்தீவு பிரதேசங்களின் நிலங்களில் பெருமளவு டைட்டானியம் மற்றும் டைட்டானியம் ஒக்சைட் உலோகத் தாதுப்பொருட்கள் காணப்படுகின்றன. அமெரிக்கா, ஜப்பான் மற்றும் ஐரோப்பிய ஒன்றிய நாடுகள் ஏற்படுத்திய அழுத்தத்தின் காரணமாக, இந்தோனேசிய அரசாங்கம் 'ஆர்ச்' விடுதலை அமைப்புடன் 2002 மே மாதம் 9 ஆம் திகதி சமாதானப் பேச்சுவார்த்தைகளை ஆரம்பித்தது. ஜெனிவாவில் உள்ள சுவிஸ் நிறுவனமான *Henry Dunant Centre* **(HDC)** என்ற அமைப்பின் மத்தியஸ்தத்துடன் ஆரம்பமான சமாதானப் பேச்சுவார்த்தைகள், கடந்த டிசம்பர் மாதத்தில் ஒரு நிலையை அடைந்தது.

ஒப்பந்தத்தின் முக்கிய விடயமாக, இரண்டு தரப்பினருக்கும் இடையில் யுத்தநிறுத்தம் ஏற்படுத்தப்பட்டது. 150 சர்வதேச கண்காணிப்பாளர்கள் இந்த யுத்த நிறுத்தத்தை கண்காணிப்பதற்கு ஏற்பாடாகி இருந்தது.

யுத்த நிறுத்த அமுலாக்கலுக்கு, போராளிகளிடம் இருந்து ஆயுதக்களைவை மேற்கொள்ள வேண்டியது அவசியமாக இருந்தது. அதேவேளை, ஆயுதங்களை தாம் கையளித்துவிட்டால், இந்தோனேசியப் படையினர் தம்மீது தாக்குதல்களைக் கட்டவிழ்த்துவிடக்கூடும் என்று 'ஆர்ச்' போராளிகள் அச்சம் அடைந்திருந்தார்கள். இதனால் யுத்த நிறுத்தம் எதிர்பார்த்த வெற்றியை அளித்திருக்கவில்லை.

டோக்கியோ பேச்சுவார்த்தைகளில் ஏற்பட்ட தடங்கல்களைத் தொடர்ந்து, இந்தோனேசிய சமாதானப் பேச்சுவார்த்தைகள் முறிவடைந்தன. இரண்டு வாரங்களின் முன்னர் சுவிஸ்லாந்தில் நடைபெற்ற பேச்சுவார்த்தைகளில், 'ஆர்ச்' விடுதலை அமைப்பு சார்பாகக் கலந்து கொண்ட ஐவரை, இந்தோனேசியப் பொலிஸார் கைது செய்ததைத் தொடர்ந்தே, இந்தத் தேக்கநிலை ஏற்பட்டது.

இதுபற்றி, நாட்டை விட்டு வெளியேற்றப்பட்ட ஒரு அரச சார்பற்ற நிறுவனத்தின் பேச்சாளரான ஸ்டீவ் டாலி என்பவர் கருத்துத் தெரிவிக்கும் பொழுது, "மறுநாள் டோக்கியோ பேச்சுவார்த்தைகளில் கலந்துகொள்ள இருந்த மக்களை, எதற்காக கைது செய்யவேண்டும் என்று, அரசாங்கத்திடம் கேள்வி எழுப்பப்படவேண்டும்" என்று தெரிவித்திருந்தார்.

பேச்சுவார்த்தைகள் குழம்புவதற்கு இரண்டு நாட்கள் முன்பதாக அமெரிக்க ஜனாதிபதி ஜோர்ஜ் புஷ் கருத்துத் தெரிவிக்கையில், 'போராளிகளுடன் பேசியதன் மூலம், சமாதானத்தின் அதிக தூரத்தைக் கடக்கும் இந்தோனேசிய ஜனாதிபதி மேகவதி சுவர்ண புத்திரியின் ஆர்வத்தைத் தான் பாராட்டுவதாகத் தெரிவித்திருந்தார்.

1976 ஆம் ஆண்டு ‘ஆர்ச் மேர்தகா’ **(சுதந்திர ஆர்ச்) என்ற ஆயுத அமைப்பு உருவாக்கப்பட்டது. (இதே ஆண்டுதான் விடுதலைப் புலிகள் அமைப்பும் ஸ்தாபிக்கப்பட்டது குறிப்பிடத்தக்கது)**

சுவீடனுக்கு நாடு கடத்தப்பட்டிருந்த தெங்கு ஹாசன் டீ டிரோ என்பவர், இந்த அமைப்புக்கு தலைமை ஏற்று நடத்தி வருகின்றார்.

70 களின் பிற்பகுதியில், ‘ஆர்ச் மேர்தகா’ அமைப்பின் உறுப்பினர்களுக்கு எதிராக இந்தோனேசிய ஆயுதப்படைகள் கடும் நடவடிக்கைகள் எடுத்ததுடன் 1989 ஆம் ஆண்டு வரை அதன் நடவடிக்கைகளை கட்டுப்படுத்தி வந்தன. இந்த அமைப்பு 1989 ஆம் ஆண்டு யுசஉா ளுரஅயவசய யேவழையெட டுடைநசயவழைெ குசழவெ (யுளுடுேகு) என்ற பெயருடன் கிளர்ந்தெழுந்ததுடன், விடுதலை வேண்டி பொலிஸ் நிலையங்கள், இராணுவ நிலைலகளின் மீது புதிய தாக்குதல்களை ஆரம்பித்திருந்தது. 1991 ஆம் ஆண்டு இந்தோனேசியா ‘ஆர்ச்’ பிரதேசத்தை தாக்குதல் நடவடிக்கைப் பிரதேசமாகப் பிரகடனம் செய்து, அந்த அமைப்பிற்கு எதிராகப் பாரிய இராணுவ நடவடிக்கைகளைக் கட்டவிழ்த்து விட்டது. சர்வதேச மன்னிப்புச் சபை வெளியிட்ட கணிப்பீட்டின்படி, 1989 முதல் 1992 வரை, 2000 மக்கள் இராணுவ நடவடிக்கைகளின் போது கொல்லப்பட்டதாகத் தெரிவிக்கப்படுகின்றது. சுயாதீன அறிக்கைகளின்படி இந்தக் காலப்பகுதிகளில் ஆயிரக்கணக்கில் மக்கள் கொல்லப்பட்டும் காணாமல் போயும் உள்ளதுடன், ஆயிரத்திற்கும் அதிகமானவர்கள் இந்தோனேசிய இராணுவத்தின் சிறைகளில் அடைத்து வைக்கப்பட்டிருப்பதாகவும் தெரிவிக்கப்படுகின்றது.

பிரிவினைவாதப் போராட்டத்தைத் தணிக்கும் வகையில், 2002 ஜனவரியில், ‘ஆர்ச்’ மக்களுக்கு சுயாட்சி அதிகாரத்தை வழங்குவதற்கு இந்தோனேசிய அரசாங்கம் முன்வந்தது. தேசிய வளங்களுக்கான வருமானத்தை பங்கீட்டுக் கொள்ளும் வகையிலும் இந்தச் சுயாட்சி அதிகாரங்கள் வகுக்கப்பட்டிருந்தன.

இருந்தபோதிலும், ஆர்ச் மக்கள் பயனடையும் வகையில் திட்டங்கள் எதுவும் நடைமுறையில் அமைந்திருக்கவில்லை. ஆர்ச் பிரதேசத்திற்கு குறிப்பிடப்பட்ட பணம் வழங்கப்படவில்லை. அபிவிருத்தி நடவடிக்கைகள் எதுவும் அங்கு மேற்கொள்ளப்படவில்லை. வறுமை அம்மக்களைத் தொடர்ந்து வாட்டி வந்தது.

எந்தவித ஒழுங்கான முறைகளிலோ, திட்டங்களின் அடிப்படையிலோ அல்லாமல், கண்டபடி அரசாங்கம் பணத்தை இறைத்து வந்ததாகப் பிராந்திய சுயாட்சி அமைப்பின் முன்நாள் அமைச்சரான ரியாஸ் ரிட் தெரிவித்திருந்தார்.

தங்கள் பிரதேசத்தை கொள்ளையிடும் ஒரு அரசாகவே ஜகார்த்தாவை ஆர்ச் பிரதேசத்து மக்கள் நோக்கினார்கள்.

ஆர்ச் விடுதலை அமைப்புக்கள் பேச்சுவார்த்தைகளின் மூலமே பிரச்சினைக்குத் தீர்வுகாண வேண்டும் என்பதே ஜப்பானினதும், அமெரிக்காவினதும் விருப்பமாக இருந்தது. மலாக்கா கால்வாய் வழியான கடற் போக்குவரத்திற்கு, ஆர்ச் போராளிகள் அச்சுறுத்தலாக இருந்துவிடுவார்கள் என்ற எண்ணமே இதற்குக் காரணம்.

அதேவேளை, இந்தோனேசிய அரசாங்கம், ஆர்ச் விடுதலை அமைப்பை அழித்துவிடும் நோக்கத்தில்தான், பேச்சுவார்த்தை இடை வெளியைப் பயன்படுத்த முனைகின்றது என்பதை, இந்த இரண்டு சக்திகளும் புரிந்துகொள்ளவில்லை

.

தங்களது எண்ணப்படி ஆர்ச் விடுதலை அமைப்பு பேச்சுவார்த்தை நடவடிக்கைகளில் செயற்படாத காரணத்தினால், அந்த அமைப்பை செயலிழக்க வைக்கும் படியான நடவடிக்கைகளை எடுக்கும்படி இந்தோனேசிய அரசாங்கத்தை அமெரிக்க மற்றும் ஜப்பான் நாடுகள் இரகசியமாக ஊக்குவித்திருந்தன.

ஆனால், பேச்சுவார்த்தைகளில் எவ்வாறான விடயங்கள் பேசப்பட

வேண்டும் என்பதில், ஆர்ச் விடுதலை அமைப்பு உறுதியாகவே இருந்தது. ஆயுதங்களைக் களைவது சுயநிர்ணய உரிமை, வளங்களைப் பங்கிடுவதற்கு தேவையான கட்டமைப்பு போன்ற விடயங்களில் ஆர்ச் அமைப்பு மிகவும் உறுதியான நிலைப்பாட்டையே எடுத்து வந்தது.

ஆனால் இந்தோனேசிய அரசோ, தனது இராணுவ நடவடிக்கைத் திட்டத்தை அடிப்படையாகக் கொண்டு, ஜகார்த்தாவின் சுயாட்சித் திட்டத்தை ஆர்ச் அமைப்பு ஏற்றுக்கொள்வதுடன், உடனடியாகவே ஆயுதக் கையளிப்பை மேற்கொள்ள வேண்டும் என்று வலியுறுத்தியது. அமெரிக்காவும் ஜப்பானும் இந்தோனேசியாவின் இந்த இராணுவ நகர்விற்குத் தமது ஆதரவை வழங்கியிருந்ததும் குறிப்பிடத்தக்கது.

ஆர்ச் சமாதான முன்னெடுப்புக்களை நாம் கவனமாக ஆராய்ந்து, எமது நாட்டின் பிரச்சினைகளுடன் ஒப்பிட்டோமேயானால், அங்கு உபயோகிக்கப்பட்ட முறைகள் மிகவும் பொருந்துவதை காண முடியும்.

இராஜதந்திர ஏமாற்றுப் பேச்சுவார்த்தைகளின் அடியில் மறைத்து வைக்கப்பட்டுள்ள தடி ஒன்றினால் நாம் தாக்கப்பட்டுவிடக்கூடிய ஆபத்துக்கள் பற்றி நாம் நிச்சயம் கவனம் செலுத்துபவர்களாக இருக்க வேண்டும்.

14.06.2003

முப்படைகளுக்கும் மரபு வழி போர்த்தகைமை உண்டா?

கால் நுற்றாண்டுக்கு மேலாக சிறிலங்காவின் முப்படைகள் தமிழீழ விடுதலைப் போராட்டத்துக்கெதிராக நடவடிக்கைகளிலீடுபட்டு வந்துள்ளபோதும், அவை பற்றிய விரிவான வரலாற்று ஆய்வுகள் அரிதாகவேயுள்ளன. தனது ஐம்பதாண்டு நிறைவையொட்டி (1949-1999) சிறிலங்கா படைத்துறை ஆறாண்டுகளுக்கு முன்னர் வெளியிட்ட சிறப்பு நுல்தான் நானறிந்தவரை ஓரளவு விரிவான தகவல் களஞ்சியமாகவுள்ளது. எனினும், சிறிலங்கா முப்படைகளின் வரலாறு போரியல் கண்ணோட்டத்தில் இதுவரை எழுதப்படாமலிருப்பது ஒரு பெரும் குறைபாடாகும்.

சிறிலங்காவின் முப்படைகளை உரு வாக்குவதற்கும் பயிற்றுவிப்பதற்கும் நீண்ட காலம் உறுதுணை செய்த பிரித்தானியப் படைத்துறைகூட இவ்வாறானதொரு ஆய்வைச் செய்யவில்லை என்பதுதான் வியப்பிற்குரியவிடயம். பிரித்தானியாவின் அதியுயர் படைத்துறைக் கல்லூரியான ளுயனொரசளவ சுழலயட ஆடைவையசல யுஉயனநஅல இன் நுலகத்தில் கூட சிறிலங்கா முப்படைகளைப்பற்றி துண்டும் துணியுமாகத்தான் போரியல் ஆய்வு நோக்கிலான தகவல்கள் காணப்படுகின்றன. இது பற்றி நான் கேட்டபோது, தமது படைத்துறைக் கண்ணோட்டத்தில் இலங்கை நீண்ட காலமாக முக்கியத்துவமற்றிருந்தமையே இதன் காரணமாக இருக்கலாமென அங்கெனக்குத் துணைவந்த அதிகாரி கூறினார்.

அமெரிக்கப் படைத்துறைப் புலனாய்வு அதிகாரியாகவும் அமெரிக்கப் படைத்துறைப் பல்கலைக்கழகத் துணைப்பேராசிரியராகவும் பணியாற்றிவரும் பிறையன் புளொஜட் **(Brian Blodgett)** சிறிலங்கா முப்படைகளின் செயல் நோக்கம் பற்றி அண்மையில் எழுதி

வெளியிட்டுள்ள கைந்நூல் (Sri Lanka's Military: The Search For A Mission, 1949-2004) இந்த வகையில் முக்கியமானது.

சிறிலங்காவின் முப்படைகளைப்பற்றிப் பலகாலமாக இந்திய, அமெரிக்க மற்றும் பிரித்தானியப் போரியல் ஆய்வாளர்கள் அங்குமிங்குமாக கூறிவந்த ஒரு விடயத்தை புளொஜட் வகுத்துத் தொகுத்து எழுதியுள்ளார்.

வெளிப்படையெடுப்புகளிலிருந்து தமது நாட்டைப் பாதுகாப்பதும் தமது நாட்டின் இருப்பிற்கு இன்றியமையாத மூலவளங்கள், மற்றும் அவற்றைக் கொண்டு வருவதற்கான பாதைகள் என்பவற்றிற்கு அச்சுறுத்தலேற்படும் போது அதை முறியடிப்பதும், தமது நாட்டின் தேசிய நலன்களுக்கு ஆயுதரீதியான ஆபத்து உண்டாகும் போது அதை எதிர்கொள்வதுமே ஒரு நாட்டினது படைகளுக்குரிய அடிப்படைச் செயல் நோக்கமாக இருக்க வேண்டும். ஆனால் சிறிலங்காவின் முப்படைகள் இச்செயல் நோக்கத்திலிருந்து நீண்ட காலமாக வழுவி நடந்து வருவதால், அவை உண்மையான மரபு வழிப் போரியல் தன்மையற்றவையாக உள்ளன என்பதே மேற் படியார் சுட்டிக்காட்டி வந்த விடயமாகும்.

இதனாலேயே உள்ளூர்க் குழப்பங்கள், கெரில்லாப் போர்கள் போன்றவற்றைத் தொடர்ச்சியாகக் கையாள்வதற்குத் தமது படைகளை அனுமதிக்கப் பெரிய நாடுகள் தயங்குகின்றன. அதாவது காவல்துறையே ஒரு நாட்டின் சட்டம், ஒழுங்கைப் பேணுவதற்கென உருவாக்கப்படுகின்ற அமைப்பாகும். வன்முறைசார் உள்நாட்டுச் சிக்கல்களைக் கையாள்வதற்கோ அல்லது எதிர்கொள்வதற்கோ போரியல் ரீதியாக வளர்ச்சியடைந்த நாடுகள் தமது காவல்துறைகளையும் இவற்றால் இயலாத விடத்து விசேட துணையமைப்புகளையும் பயன்படுத்துகின்றன.

உள்ளூர்க் கலகங்கள், குழப்பங்கள் என்பவற்றை எதிர்கொள்ள மரபு வழிப் படைகளைப் பயன்படுத்தும் போது எழக்கூடிய

மற்றும் போரியல் சிக்கல்களைக் கருத்திற் கொண்டே பெரிய நாடுகள் இதில் கவனமாக நடந்து கொள்கின்றன. முதலாவதாக, ஓர் உள்நாட்டுச் சிக்கலென்பது அந்நாட்டின் படைகளை நேரடியாகவோ மறைமுகமாகவோ பாதிக்கக் கூடிய அரசியல் பரிமாணம் கொண்டிருப்பது நிச்சயம். எனவே ஓர் உள்நாட்டுக் கலகத்தையோ அல்லது ஆயுதக் கிளர்ச்சியையோ எதிர்கொள்வதற்கு ஒரு நாட்டின் தேசியப்படைகள் ஈடுபடுத்தப்படும்போது, அவற்றுள் அந்தச் சிக்கலுக்குக் காரணமான அரசியல் அல்லது சமூக முரண்பாடு ஏதோ ஒருவகையில் உட்புகுவது தவிர்க்க முடியாது. அப்படியாகும் போது, அந்த மரபு வழிப் படையின் கட்டளை ஒருமைப்பாடு சிதைய இடமுண்டு. சீக்கியரின் பொற்கோவிலுக்குள் இந்தியப்படைகளை, பிரதமர் இந்திராகாந்தி அனுப்பியபோது இந்திய இராணுவத்தின் சீக்கியப் படையணிகளில் பெரும் குழப்பங்கள் ஏற்பட்டன.

ஒரு மரபுவழிப் படையின் அடிப்படைச் செயல்நோக்கம் இன்னொரு மரபுவழிப் படையை எவ்வாறு முறியடிப்பது என்பது பற்றியதாகவே இருக்க வேண்டும். இத்தகைமையில்லாத ஒரு நாட்டின் படை அந்த நாட்டின் இறைமையையும் பிராந்திய ஒருமைப்பாட்டையும் வெளி அச்சுறுத்தலிலிருந்து ஒருபோதும் பாதுகாக்க முடியாது. உள்நாட்டுக் கிளர்ச்சிகளையோ கலகங்களையோ அடக்குவதற்கு ஒரு நாட்டின் மரபுவழிப்படை தொடர்ச்சியாகப் பயன்படுத்தப்படுமேயானால், அது தனது மரபு வழிப் போரியல் தகைமையை இழந்துவிடும். இதனாலேயே காஷ்மீர், நாகலாந்து போன்ற பிரிவினைக் கிளர்ச்சிகள் தொடருமிடங்களில் கூட இந்தியா தனது மரபுவழிப்படைகளை வரையறுக்கப்பட்ட முறையிலேயே ஈடுபடுத்தி வருகிறது.

உள்நாட்டுக் கிளர்ச்சிகளிலோ கலகங்களிலோ எதிரி நாட்டுப்படையைச் சிக்கவைத்து அதன் மூலம் அப்படையின் அடிப்படைச் செயல் நோக்கத்தைக் குழப்பிவிடுவதனூடாக அதன் மரபுவழிப் போரிடும் திறனை மழுங்கடிப்பதென்பது நீண்ட காலமாகப் பல பெரிய நாடுகள் கையாண்டுவரும் போரியல் தந்திரோபாயமாகும்.

இந்தியப்படைகளின் மரபுவழிப் போரிலீடுபடும் கவனக் குவிப்பைச் சிதைப்பதற்கும் அவற்றின் மரபுவழித் தயார் நிலையைக் குழப்புவதற்குமாகவே பாகிஸ்தான் உள்நாட்டுக் கிளர்ச்சிகளை இந்தியாவின் பல முனைகளிலும் கிளறிவருகிறது என டெல்லியிலுள்ள போரியலாய்வாளர்கள் அனைவரும் ஒருமித்துக் கூறுவர்.

வியட்னாமின் உள்நாட்டுப்போரில் சிக்குண்டு மூக்குடைபட்டதாலேயே அமெரிக்கப் படை நீண்ட காலம் தனது மரபு வழிச்செயல் நோக்கத்தில் குழம்பிப் போயிருந்ததெனவும் அது மாற்றப்பட வேண்டுமெனவும் அமெரிக்கப் படைத்துறை ஆய்வாளர்கள் கூறிவந்தனர். அடையவேண்டிய அரசியல் நோக்கம் தெளிவாக வரையறை செய்யப்பட்ட மரபுவழிப் போரிலேயே மரபுவழிப் படையொன்று இறக்கப்பட வேண்டும் என்பதே இவர்களது கருத்து. இதற்கு இவர்கள் மேலைத்தேயப் போரியல் விஞ்ஞானத்தின் பிதாமகரெனக் கருதப்படும் கார்ள் வொன் குளோசவிட்ஸ் **(Carl Von Clausewitz)** சொன்ன கோட்பாடுகளைத் தூக்கிப்பிடித்தனர். இக்கோட்பாட்டு மாற்றத்தின் விளைவை நாம் சதாமுக்கெதிரான முதலாம் வளைகுடாப் போரில் கண்டோம். இதனடிப்படையிலேயே ஈராக் மீது இரண்டாம் முறையாகப் படையெடுத்தபோது அடிப்பது, முடிப்பது என்ற தெளிவான வரையறையோடு அமெரிக்கப்படையனுப்பப்பட்டது. ஆனால் எதிர்பாராத விதமாக மாட்டிவிட்டார்கள்.

இதனாலேயே ஈராக்கில் மிகத் துரிதமாக உள்ளூர்ப் படையொன்றையும் காவல்துறையையும் உருவாக்கிடவும் கிளர்ச்சியெதிர்ப்பு நடவடிக்கைகளிலிருந்து தம்மை விரைவாகக் கழற்றிக் கொள்ளவும் அமெரிக்கப்படைகள் கடும் முயற்சி செய்கின்றன.

இந்தப் பின்னணியில்தான் புளொஜட் செய்துள்ள ஆய்வின் முக்கியத்துவத்தை நாம் நோக்க வேண்டும். அமெரிக்கப்

படைத்துறை உலகின் பல்வேறு நாடுகளுக்குள் செல்வது இன்று அதிகரித்து வருவதாகவும் ஆகவே அந்நாடுகளின் படைகளையும் அவற்றின் செயல் நோக்கங்களையும் கற்றிருப்பது அவசியமென்றும் அதற்கு உறுதுணை செய்யும் வகையிலேயே தான் நூலை எழுதியதாகவும் அவர் கூறுகிறார்.

புளொஜட்டின் நோக்கம் இதுவாக இருந்தாலும், என்னைப் பொறுத்தவரையில் அவரது நுலின் மையக்கருத்தை நாம் சிறிலங்காப் படைகளைப் பற்றிய வேறு வரலாற்றுத் தகவல்களின் அடிப்படையில் நோக்கும்போது சில உண்மைகள் வெளிப்படுகின்றன எனக் கருதுகிறேன்.

சிறிலங்காப் படைகளுக்கு ஆரம்பத்திலிருந்தே மரபுவழிய அடிப்படையிலான தெளிவான செயல் நோக்கமிருக்கவில்லை. காலத்துக்குக் காலம் அது குழப்பமானதாகவே இருந்து வந்துள்ளது என்பதே புளொஜட்டின் மையக் கருத்தாகும். இது எப்படியென்பதைப் பார்ப்போம்.

1949 ஆம் ஆண்டு ஒக்டோபர் 10 ஆம் திகதி சுதந்திர சிறிலங்காவின் இராணுவம் உருவாக்கப்பட்டது. இதை ஆரம்பத்தில் கட்டியெழுப்ப முன்னின்றவர் சிறிலங்கா படைத்துறையமைச்சின் முதலாவது நிரந்தரச் செயலரான சேர். கந்தையா வைத்தியநாதனாவார். சிறிலங்கா இராணுவத்தின் முதலாவது படைத்தளத்துக்கான இடத்தை பனாகொடையில் தெரிவுசெய்து அங்கு அதை நிறுவிட அடிகோலியவரும் இவரே.

இந்தியாவினாலேயே சுதந்திர சிறிலங்காவிற்கு இராணுவ அச்சுறுத்தல் ஏற்படுமென முதலாவது பிரதமரான டி.எஸ். சேனாநாயக்கா அப்போது திடமாக நம்பினார். இப்படிப் பயப்படத் தேவையில்லை என இந்தியப் பிரதமர் நேரு கூறியதைக்கூட அவர் நம்பத் தயாராக இருக்கவில்லை. இந்தியா இலங்கைமீது படையெடுத்து அதைத் தன்னுடைய இன்னொரு மாகாணமாக

இணைத்துவிடுமோ என்ற பயம் அவருக்கு. இதன் காரணமாகவே அவர் பிரித்தானியாவுடன் கூட்டுப்பாதுகாப்பு ஒப்பந்தமொன்றைச் செய்து கொண்டார். இதன்படி வெளிநாட்டுப் படையச்சுறுத்தல் சிறிலங்காவிற்கு ஏற்படும் பட்சத்தில் பிரித்தானியப் படைகள் அதன் உதவிக்கு வருமென உடன்பாடானது.

எனவே வெளிநாட்டுப் படையெடுப்பொன்றை எதிர்கொள்வது என்பதே புதிதாக உருவாக்கப்பட்ட சிறிலங்காப் படைகளின் செயல் நோக்கமாக வரையறுக்கப்பட்டது. அதாவது பிரித்தானியப் படையுதவி வந்து சேரும் வரை இந்தியப்படையெடுப்பொன்றை வரையறுக்கப்பட்ட வழிகளிலேனும் எதிர்கொள்வதெப்படி என்பதனடிப்படையில் சிறிலங்கா படையின் திட்டமிடல் அப்போது அமைந்திருந்தது.

இதைத் தவிர வெளிநாட்டுப்படையெடுப்பொன்றை எதிர்கொள்வதுபற்றி சிறிலங்கா அரசு எண்ணிய சந்தர்ப்பம் ஒன்றுதான். 1963இல் இலங்கைத் தீவில் வலுமிக்க வெளிநாட்டுப் படையொன்று உட்புகுந்தால், அதற்கெதிராகக் காடுகளிலிருந்து ஒரு கெரில்லாப் போரை நடத்துவது எங்ஙனம் என்ற பயிற்சியில் சிறிலங்காப் படைகள் ஈடுபட்டன. இதற்கு முந்திய ஆண்டு சிறிலங்காவின் ஆட்சியைக் கைப்பற்றும் நோக்கில் ஓர் இராணுவச் சதிப்புரட்சி முறியடிக்கப்பட்டது. அதே காலகட்டத்தில் இடதுசாரிகளால் முன்னெடுக்கப்பட்ட பெரும் வேலைநிறுத்தப் போராட்டங்களும் அரசை ஆட்டங்காண வைத்துக்கொண்டிருந்தன. இவற்றின் பின்னணியிலேயே வெளிநாட்டுப் படையெடுப்பொன்று நிகழலாம் என்ற அச்சத்தின் அடிப்படையில் சிறிலங்கா இராணுவம் தனது செயல்நோக்கத்தை கெரில்லாப் போரென மாற்றிக்கொண்டது.

இதற்கான விசேட பயிற்சி பெற சிறிலங்கா படையதிகாரிகள் சிங்கப்பூர், மலேசியா, யூகோஸ்லாவியா, பிரித்தானியா ஆகிய நாடுகளுக்கு அனுப்பப்பட்டனர். தற்போது கையில் கிடைக்கும் ஆவணங்களைக் கொண்டு பார்க்கும் போது எந்த நாட்டின்

அச்சுறுத்தலை மனதில் கொண்டு இந்த ஒழுங்குகள் செய்யப்பட்டன என்பதைக் கூறுவது கடினமாகவுள்ளது. **(எனினும் இது சோவியத் யூனியனாக இருக்கலாமென ஊகிக்க இடமுண்டு).**

மேற்கூறிய இரு சந்தர்ப்பங்களைத் தவிர சிறிலங்காப் படைகளினுடைய செயல் நோக்கம் தமது நாட்டிற்கு ஏற்படக்கூடிய வெளியச்சுறுத்தல் பற்றியதாகவோ இன்னொரு நாட்டின் மரபுவழிப் படையை எதிர்கொள்வது சம்பந்தப்பட்டதாகவோ இன்று வரை அமையவில்லை என்பதே வரலாறு தரும் உண்மை. இந்த மரபுவழிப்படைச் செயல் நோக்கம் பற்றிய குழப்பமே சிறிலங்கா இராணுவத்தின் திட்டமிடலையும் நடைமுறையையும் ஆரம்பத்திலிருந்து பீடித்து வந்துள்ளது.

இதன் விளைவுகளைப்பற்றி நாம் நோக்கும் முன்னர், இச்செயல் நோக்கக் குழப்பத்தின் வரலாற்றைச் சற்று நோக்குவோம். 1949இல் இலங்கைக்கென ஒரு படையை உருவாக்குவதற்கென கொண்டுவரப்பட்ட சட்டத்தைத் தயாரிக்கும் போதே உள்நாட்டு சிவில் விடயங்களிலும் அதை ஈடுபடுத்துவதற்கான அடித்தளத்தை டி.எஸ்.சேனநாயக்காவும் சேர்.கந்தையா வைத்தியநாதனும் போட்டுவிட்டனர். மேற்படி சட்டத்தின் 23ஆவது பிரிவின்படி இலங்கைக் குடிமக்களின் அடிப்படைத் தேவைகளான உணவு, நீர், எரிபொருள் என்பவற்றின் விநியோகத்தில் இடைஞ்சல் உண்டானாலோ போக்குவரத்து, தொலைத்தொடர்பு, மின்சாரம் என்பன தடைப்பட்டாலோ அதைச் சரிசெய்ய சிறிலங்கா இராணுவம் கடமையிலீடுபடுத்தப்படலாம். இந்தப் பிரிவு சிறிலங்காப் படைகளின் போரியல் கோட்பாட்டு வளர்ச்சியையும் சிந்தனையையும் தன்னடையாளத்தையும் மிகவும் பாதித்தது. "எதிர்காலத்தில் உள்நாட்டை நோக்கிய கவனக்குவிப்பேயன்றி வெளிப்பார்வையற்ற ஒரு படை உருவாகுவதற்கு இது மேடையமைத்தது" என புளொஜட் குறிப்பிடுகின்றார்.

காவல்துறைக்கு உதவியாகச் செயல்படுவதே தமது முக்கிய கடமையெனப் பல ஆரம்பகால சிறிலங்காப் படைத்தளபதிகள் எண்ணத் தலைப்பட்டனர். அதாவது ஆயுதங்களும் பயிற்சிகளும் கூடுதலாகக் கொண்ட ஒரு சிறப்புக் காவல்துறையாக சிறிலங்கா இராணுவம் தன்னை ஆரம்பத்திலிருந்தே கருதத் தலைப்பட்டுவிட்டது. இதற்கேற்ப ஐம்பதுகளில் சிங்கள ஆளும் வர்க்கம் தனக்குப் பெரும் சவால்களென எண்ணிய மூன்று விடயங்கள் அமைந்துவிட்டன. முதலாவது தொழிலாளர் கிளர்ச்சிகள்; இரண்டாவது தமிழ் பேசும் மக்களின் போராட்டங்கள்; மூன்றாவது மன்னார், யாழ்ப்பாணக் கரையோரங்களுடாகத் தமிழகத்திலிருந்து குடியேற வந்த மக்களின் பிரச்சினை.

மரபுவழிப்போரொன்றை நடத்துவதற்கான தகைமையையும் நாட்டைக் காப்பதற்கான திட்டமிடல் திறனையும் வளர்த்தெடுப்பதை விடுத்து சிறிலங்கா இராணுவம் மேற்படி உள்ளூர் விடயங்களில் தன் கவனத்தைச் செலவிடலாயிற்று. 1950 இருந்து 1960 வரையான பத்தாண்டுகளில் ஏழு நடவடிக்கைகளில் சிறிலங்கா இராணுவம் ஈடுபட்டது.

முதலாவது மொண்டி நடவடிக்கை **(Operation Monty)** 1952 ஆம் ஆண்டு இந்த நடவடிக்கை தமிழகத்திலிருந்து குடியேறவந்தவர்களுக்கெதிராக மன்னார்ப்பகுதியில் ஆரம்பிக்கப்பட்டு நீண்ட காலம் தொடர்ந்து நடைபெற்றது. இரண்டாவது 53-இல் நடைபெற்ற பெரும் தொழிலாளர் வேலை நிறுத்தப் போராட்டத்தை முறியடிப்பதற்கான நடவடிக்கை. மூன்றாவது 56 ஆம் ஆண்டு ஜூன் மாதம் மட்டக்களப்பின் தென்மேற்கு எல்லைப்பகுதிகளில் அரச ஆதரவுடன் நடைபெற்ற சிங்களக் காடையர் குடியேற்றத்திற்கு எதிராகக் கிளர்ச்சியிலிறங்கிய துறைநீலாவணை விவசாயிகளை ஒடுக்குவதற்கு எடுக்கப்பட்ட நடவடிக்கை. நான்காவது தனிச்சிங்களச்சட்டம் கொண்டுவரப்பட்டபோது சட்டம், ஒழுங்கை நிலைநாட்டுவதற்கு காவல்துறைக்குத் துணையாக செய்யப்பட்ட நடவடிக்கை. ஐந்தாவது 1957 ஆம் ஆண்டு ஏற்பட்ட

பெரு வெள்ளத்தின்போது நிவாரண வேலை. ஆறாவது 58 ஆம் ஆண்டு தமிழருக்கெதிரான வன்முறை கட்டவிழ்த்து விடப்பட்டபோது காவல்துறையோடு இணைந்த சட்டம், ஒழுங்கு நடவடிக்கை. ஏழாவது சட்டவிரோத கஞ்சாத் தோட்டங்களைத் தேடியழிக்கும் நடவடிக்கை.

சிறிலங்கா இராணுவம் ஆரம்பிக்கப்பட்ட பத்தாண்டுகளில் அதன் நடவடிக்கைகள் எவையுமே அதையொரு மரபுவழிப் படையாக புடம்போடுவதற்கு வாய்ப்பளிக்கவேயில்லை." சுதந்திரமடைந்த சிறிலங்காவின் படைத்தளபதியாகிய முதலாவது இலங்கையர் பிரிகேடியர் அன்ரன் முத்துக்குமாரு (இவர் தமிழர்) தயாரித்த கட்டளைப்பிரிவுத் திட்டமும் இதற்கேற்றாற்போல அமைந்திருந்தது. அதாவது சிறிலங்கா படைகள் எதிர்கொள்ளவேண்டிய அச்சுறுத்தல் உள்நாட்டிலிருந்தே ஏற்படும் என்பது அவருடைய பார்வை.

சிறிலங்கா இராணுவம் மூன்று கட்டளைப் பிராந்தியங்களாகப் பிரிக்கப்பட வேண்டுமெனவும், இதில் முதலாவது வடக்கு கிழக்கு மற்றும் வடமத்திய மாகாணங்களை உள்ளடக்கியதாகுமெனவும் இங்கு பிரதான பாதுகாப்புச் சிக்கல் தமிழர் தரப்பேயெனவும் முத்துக்குமாரு கூறுகிறார். அடுத்த கட்டளைப் பிராந்தியம் மத்திய மாகாணம், ஊவா, சப்பரகமுவ ஆகியவற்றிற்கானது.

"இப்பிராந்தியத்தில் உள்நாட்டுப்பாதுகாப்புக்கு அச்சுறுத்தல் தேயிலைத் தோட்டங்களில் வேலை செய்கின்ற இந்தியத் தமிழர்களிடமிருந்து வரக்கூடும். இதன் மையத்திலமைந்துள்ள தியத்தலாவையில் ஒரு காலாட்படை அணியை நிறுத்திவைக்கலாம் என நான் திட்டம் வகுத்தேன்" எனச் சொல்கிறார் தளபதி முத்துக்குமாரு. மூன்றாவது பிராந்தியம் வடமேல் மாகாணம், மேல்மாகாணம், தென்மாகாணம் ஆகியவற்றிற்கானது. இங்கு சிறிலங்காப் படைகளுக்குப் பிரதான அச்சுறுத்தல் தொழிற்சங்கங்களால் ஏற்படுமென அவர் தனது நினைவுகளில் எழுதிச்சென்றுள்ளார்.

இவ்வாறாக இன்று வரை சிறிலங்காவின் முப்படைகள் உள்நாட்டுச் சிக்கல்களைச் சுற்றியே வளர்ச்சியடைந்துள்ளன. (நான் முன்னர் குறிப்பிட்ட இரு சந்தர்ப்பங்களைத் தவிர) இதனால் ஆரம்பத்திலிருந்தே அவற்றின் செயல் நோக்கம், கொள்கை வகுப்பு, திட்டமிடல், ஆயுதக் கொள்வனவு என அனைத்தமே ஒரு முறையான மரபு வழிப் படைக்குரிய பண்பைக் கொண்டிருக்கவில்லை. சிறிலங்கா முப்படைகளின் மரபுவழிப் போர்த் தகைமைகளை 1949 இலிருந்து இன்று வரைக்குமான ஒவ்வொரு பத்தாண்டு அடிப்படையில் புளொஜட் மதிப்பீடு செய்துள்ளார். இந்த மதிப்பீடு ஒவ்வொன்றிலுமே சிறிலங்காவின் படைகள் வெளியச்சுறுத்தலை எதிர்கொள்ளக்கூடிய தகைமையற்றவையாகவே உள்ளன என அவர் வலியுறுத்தியுள்ளாளார். **(புலிகளுடன் அமைதிப் பேச்சு நீடித்து, நிரந்தத் தீர்வொன்று ஏற்படும் பட்சத்தில் இந்த நிலை மாற வாய்ப்புண்டு எனக் கூறுகிறார்)**

1987இல் இந்திய வான்படை சிறிலங்காவின் வான்பரப்பினுள் புகுந்த போதும் அதையொட்டி இந்தியப்படையெடுப்பெனும் அச்சுறுத்தல் தோன்றிய போதும் சிறிலங்கா முப்படைகள் செயலிழந்திருந்தமை இதற்கு நல்ல எடுத்துக்காட்டு.

மரபுவழிப் படையாக புலிகள் வளர்ச்சிபெற்ற போது, அதை எதிர்கொள்வதில் சிறிலங்காவின் முப்படைகளுக்கு ஏற்பட்ட சிக்கல்கள் இந்த அடிப்படையிலேயே நோக்கப்பட வேண்டும். ஓர் ஒழுங்கான மரபுவழிப் படையாகச் சிந்திப்பதற்கும் செயல்படுவதற்கும் அவற்றின் வளர்ச்சி முறையே பெருந்தடைக் கல்லாயுள்ளது.

பீரங்கிகள், போர்ப்படகுகள், வானூர்திகள் ஆகியவற்றைக்கொண்ட உள்ளூர்க் காவற்படையாக சிறிலங்கா இராணுவத்தை வளர்த்துவிட்டதற்கு சிங்கள ஆளும் வர்க்கங்களின் குறுகிய நலன்களே காரணமெனில் மிகையாகாது.

27.03.2005

இராணுவச் சமநிலையைப் பேணுவதாயின் அரசியல் மயமாக்கல் தேவை

எமது விடுதலைப் போரட்டத்தில் முழுநேரமாக இன்று இணைந்துகொள்பவர்களின் தொகைதற்போது மிகவும் குறைந்துவருகிறது எனவும் இதற்கு முக்கியமான காரணம் புலிகள் ஒருகெரில்லா இயக்கமென்ற நிலையிலிருந்து மாறி மரபுவழிப் படையாக இன்று மாறியுள்ளமையேஎனவும் சில ஆய்வாளர்கள் கூறுவர். மக்களோடு தொடர்பற்ற மரபுவழி படையாக புலிகள் மாறிவருவதாலேயே ஒரு கெரில்லா இயக்கத்தின் மீது இயல்பாக ஏற்படக் கூடிய ஈர்ப்பு இன்றைய தமிழ்த் தலைமுறையினரிடையே அருகி வருகிறது என்பது அவர்களுடைய கருத்து.

1984-86 காலப்பகுதியில் யாழ் மாவட்டத்தில் முழுநேர விடுதலைப் போராளியாக செயல்பட்ட அன்பர் ஒருவர் அண்மையில் மேற்படி கருத்தை இன்னொரு கோணத்தில் முன்வைத்தார்.

அதாவது ஒரு கெரில்லா போராளியிடமிருக்கக்கூடிய அர்ப்பணிப்பு, சூழலுக்கேற்ப செயற்படும்திறன், பொது மக்களை அரவணைத்துச் செல்லும்பாங்கு, அரசியல் தெளிவு, மனிதநேயம் என்பன ஒரு இராணுவப்பயிற்சி முகாமின் நான்கு வேலிகளுக்குள் உருவாக்கப்படும் மரபுவழி படையாளிடமோ அல்லது அதிகாரியிடமோ காணப்படுவதற்கு வாய்ப்பே இல்லை.

இதனால் தற்போது நிலவும் அமைதி நீண்டு செல்லச்செல்ல விடுதலைப் புலிகளின்படைகளிலிருந்து விலகிச் செல்பவர்களின் தொகை அதிகரிக்கப் போகிறது என அந்தமுன்னாள்

போரளி கூறினார். இதுமட்டுமன்றி மரபு வழிப்படை என்பது மக்களோடுதொடர்பின்றி சமூகத்திற்கு வெளியில் முகாமிடப்பட்டு தனித்து வைக்கப்படுவதாகும்.

இதனால் விடுதலைப் போர் விழுமியங்களும் உணர்வுகளும் மக்களிடையே பரப்பப்படுவதற்கான வாய்ப்பு இல்லாது போய்விடும் என்றும் அவர் குறிப்பிட்டார்.இது விடயத்தில் எமது போராட்டம் ஒரு முக்கியமான இரு தலையை எதிர்கொள்ளவேண்டியுள்ளது.

கெரில்லாப் போர் என்ற மட்டத்திலேயே நாம் தேக்கமடைந்திருந்தால் எமது போராட்டம் காலவரையறையின்றி இழுபட்டுக்கொண்டே சென்றிருக்கும் என்பதில் ஐயமில்லை. தென் அமெரிக்காவில் பல மக்கள் போராட்டங்கள் முப்பது நாற்பது வருடங்களாக கெரில்லாபோர் நிலை யிலேயே முன்னேற்றமின்றி கிடப்பதை நாம் காண்கிறோம்.

அதேவேளை ஒரு மரபுவழிப்படையை உருவாக்கி அதை போரற்ற ஒரு சூழலில் நீண்டகாலம் பேண முற்படுகையில் அது கெரில்லாக்களால் முன்னெடுக்கப்படும் விடுதலைப் போருக்குரிய குணாம்சங்களையும் பற்றுறுதியையும் இழந்து இயந்திரத்தனம் மிக்கதொன்றாக மாறுவது மாறக்கூடிய வாய்பு ஏற்படுகிறது.

மரபு வழிப்படையொன்றை சம்பளங்கள், கேளிக்கை, படைத்துறை முகாமைத்துவம்என்பவற்றின் ஊடாகவே அரசுகள் நீண்டகாலம் பேணுகின்றன. ஆனால் தமிழருக்கென்றுஇதுவரை ஒரு அரசில்லை. ஆகவே நாம் எமது உரிமையை முழுமையாக வென்றெடுக்கும்வரைகெரில்லா போராளிகளுக்குரிய அரசியல் பற்றுறுதியையும் அர்ப்பணிப்பையும் கைவிடமுடியாது. எனவே ஒரு கெரில்லா இயக்கத்திற்குரிய குணாம்சத்தைக் கொண்ட மரபுவழிப் படையொன்றை போர் தயார் நிலையில் எவ்வாறு நீண்டகாலம் பேணுவது என்பதே எம்முன் இன்றுள்ள கேள்வியாகும்.

புலிகளின் மரபு வழி படைவலு சிறிலங்கா இராணுவத்திற்கு சமனாக இருப்பதாலேயேஇலங்கையில் அமைதி நிலவுகின்றது என்பது இன்று சர்வதேச ரீதியாக ஏற்றுக் கொள்ளப்பட்ட விடயமாகும்.

இதனடிப்படையிலேயே இந்தியாவுடன் சிறிலங்கா ஒரு படைத்துறை கூட்டுறவு ஒப்பந்தத்தை கைச்சாத்திட்டால் அது மேற்படி சமநிலையை பாதிக்குமெனவும் அதனால் இலங்கையில் இன்று நிலவும் அமைதி குழம்பக்கூடிய சூழல் ஏற்படலாம் எனவும் கூறப்படுகின்றது.

இந்திய சிறிலங்கா இராணுவக் கூட்டுறவு ஒப்பந்தத்தின் கீழ் புலிகளுக்கும் சிறிலங்கா அரசிற்கும் இடையில் மீண்டும் போர் தொடங்கும்பட்சத்தில் இந்தியப்படைகள் இங்கு அனுப்பப்படுவதற்கான எந்த நிர்ப்பந்தமும் இல்லை என்பது தெளிவுபடுத்தப்பட்டுள்ளது. ஆயினும் இந்த ஒப்பந்தம் கைச்சாத்திடப்பட்டால் இந்தியாவின் படைப் பலம் தமக்கு பக்கப் பலமாக நிற்கும் என்ற நம்பிக்கை சிங்கள மேலாண்மையாளருக்கு ஏற்படும். அப்படி யான நம்பிக்கை அவர்களுக்கு ஏற்பட்டால் சிறிலங்கா அரசு மீண்டும் போர் மூலம் தமிழர் பிரச்சினையை அணுகுவதிலேயே பேரவா கொள்ளும் என்ற நியாயத்தின் அடிப்படையிலேயே தமிழர் தரப்பு இந்த ஒப்பந்தத்தை எதிர்த்து வந்துள்ளது என்பதை நீங்கள் அறிவீர்கள்.

இந்தியத் தலைநகரில் பாதுகாப்பு கூட்டுறவு ஒப்பந்தத்தை கைச்சாத்திட்டு சிங்கள தேசத்திடம் பாராட்டுப் பெறலாம் என்ற நம்பிக்கையில் டெல்லி சென்ற ஜனாதிபதி சந்திரிகாவின் எண்ணம் நிறைவேறவில்லை. இலங்கையின் இராணுவச் சமநிலையில் குறிப்பிடத்தக்க எந்தவொரு தளம்பல் ஏற்பட்டாலும் அது இத்தீவில் மீண்டும் போர்வெடிப்பதற்கே வழிவகுக்கும் என்ற எண்ணம் இந்திய கொள்கை வகுப்பாளரிடமும் இன்று காணப்படுகின்றது.

புலிகளிடம் மரபுவழி படைவலு உருவாகியிருக்காவிட்டால் இலங்கையில் ஒரு இராணுவச் சமநிலை என்ற பேச்சுக்கே

இடமிருந்திருக்காது. கெரில்லா போராக மாத்திரமே நடைபெறும் ஒரு விடுதலைப் போராட்டம் ஒரு அரசுடன் இராணுவச் சமநிலையை எட்டுவது சாத்தியமில்லை. ஒரு கெரில்லா இயக்கம் அது எதிர்த்து போராடும் ஒடுக்குமுறை அரசினுடைய மரபுவழிப் படைகளின் எண்ணிக்கையை விட கூடிய போராளிகளைக் கொண்டதாக இருப்பினும் அது தனது எதிரியோடு இராணுவச் சமநிலையை ஏற்படுத்தி விட்டதாக யாரும்கொள்ளப் போவதில்லை.

உதாரணமாக 1983-1986 காலப்பகுதியில் தமிழீழ விடுதலைக்காக ஆயுதமேந்திய அனைத்து இயக்கங்களிலுமிருந்த போராளிகளின் எண்ணிக்கை அப்போதிருந்த சிறிலங்கா இராணுவத்தின் மொத்தத் தொகையை விட குறைந்த பட்சம் மூன்று மடங்காவது கூடுதலாக காணப்பட்டது.

1983 ஆம் ஆண்டிலே சிறிலங்கா இராணுவத்தில் பன்னிரண்டாயிரம் நிரந்தரப் படைகளே இருந்தன. ஆனால் அவ்வாண்டில் நடைபெற்ற தமிழினப் படுகொலைக்குப் பின்னர் தமிழர் தாயகத்தின் மூலை முடுக்குகளிலிருந்தெல்லாம் நாற்பதாயிரத்திற்கு மேற்பட்ட இளைஞர்கள் ஆயுதம் ஏந்திய ஈழ விடுதலை இயக்கங்களில் தேடிச் சென்று இணைந்தார்கள். அனைவரும் கெரில்லா போர்முறையில் ஏதோ ஒரு வகையில் பல்வேறு பயிற்சிகளையும் அனுபவங்களையும் பெற்றார்கள். ஆனால், அப்போதிருந்த சிறிலங்கா இராணுவத்தின் எண்ணிக்கையை விட மூன்று மடங்கிற்கு மேல் அதிக போராளிகளை எமது விடுதலை இயக்கங்கள் கொண்டிருந்தபோதும் இலங்கையில் ஒரு இராணுவச் சமநிலை அன்று நிலவியதாக யாரும் ஏற்றுக்கொள்ளவில்லை. சிறிலங்கா அரசு கூட எமது விடுதலை இயக்கங்களின் ஆட்தொகையை ஒரு பொருட்டாகவே எடுக்கவில்லை. அக்கால கட்டத்தில் அனைத்து விடுதலை இயக்கங்களுடைய ஆட்பலமும் ஒரு குடையின் கீழ் தமிழருக்கான மரபு வழிப் படைவலுவாக மாற்றப்பட்டிருந்தால் இன்று வரலாறு வேறு பாதையில் சென்றிருக்கும் என்பதில் ஐயமில்லை.

இந்த விடயத்தில் இந்தியா அப்போது மிகக் கவனமாக நடந்துகொண்டதாகத்தான் சொல்லவேண்டும். தமிழீழ விடுதலை இயக்கங்கள் தனியாகவோ அல்லது கூட்டாகவோ மரபுவழி படைவலுவை உருவாக்குவதற்கு எந்தவொரு வழியையும் ஏற்படுத்தி விடக்கூடாது என்பதில் இந்தியா மிகக்கவனமாக நடந்துகொண்டது. அதாவது அந்நேரத்தில் விடுதலைப் போராட்டத்தில் இணைந்த இளைய சமூகத்தின் ஒரு பிரிவினரையாவது ஐக்கியப்படுத்தி ஒருமரபுவழிப் படையை நாம் உருவாக்கியிருந்தால் இந்திய இராணுவத் தலையீடுகூட கேள்விக்குறியாகியிருக்கும்.

எமது ஆட்பலம் ஓகோவென்றிருந்த ஒருகாலத்தில் அது மரபுவழிப் படைபலமாகமாறிவிடக்கூடாது என்பதில் இந்தியாவும் சிறிலங்காவும் மிகக்கவனமாக இருந்தன.அதில் அவை 1990 ஆம் ஆண்டுவரை வெற்றியும் கண்டன. சிறிலங்கா இராணுவத்தின் படை எண்ணிக்கையைவிட எமது இயக்கங்களில் அதிக போரா-ளிகள் இருந்த அப்பொன்னான சந்தர்ப்பம் வீணாகிப்போனதற்கு எம்மிடையே இருந்த அரசியல் கற்றுக்குட்டித்தனங்களும் போரியல் பேதமையுமே காரணமாயின.

கெரில்லா இயக்கமென்ற நிலையிலிருந்து மரபு வழிப் போரை நோக்கி வளர்ச்சியடையாதவிடுதலைப் போராட்டங்கள் வெற்றியடைந்த வரலாறு மிக மிக அரிதென்றே கூறலாம்.விடுதலைப் போர்களை கெரில்லா நிலையில் அமுக்கி வைத்திருப்பதற்கே அரசுகளும்ஏகாதிபத்தியங்களும் விரும்புகின்றன. ஏனெனில் கெரில்லா இயக்கங்களை காலப்போக்கில் பிரித்தாள்வதும் மக்களோடு முரண்பட வைப்பதும் இலகுவாகும். அது மட்டுமன்றிபல நாடுகளில் போலி கெரில்லா இயக்கங்கள் அரசியல் குழப்பங்களை ஏற்படுத்துவதற்கெனவே அரசுகளால் உருவாக்கப்பட்டு போராடும் மக்களிடையே உலவ விடப்படுகின்றன.

அவை அப்போராட்டத்தின் அரசியல் ஒருமைப்பாட்டையும் போரியல் நோக்கத்தையும்சிதைக்கின்றன. அத்துடன் ஒரு கெரில்லாப்

போர் நீடித்துச் செல்லும்போது அதுஉருவாகிய சமூகம் சின்னாபின்னப்பட்டு போவதும் தவிர்க்க முடியாதது. ஒரு சமூகத்தை சீர்படுத்தி வளம்பெறச் செய்வதென்றால் அதனுடைய விடுதலைக்காக போராடுபவர்கள் அதிலிருந்து விலகி வேறாக முகாமிட்டிருக்க வேண்டும். சட்டத்தையும் ஒழுங்கையும் நீதியின்கையில் விட்டுவிடவேண்டும். கெரில்லா இயக்கங்கள் பல்கிப் பெருகியுள்ள ஒரு சமூகத்தில் இது சாத்தியமில்லை. முதலாம், இரண்டாம் ஈழப்போர்களின் போது கிழக்கில் இதுவே நடந்தது. இதனாலேயே விடுதலைப்போராட்டம் ஆரோக்கியமானதாக இருக்க வேண்டுமாயின் அது விரைவாக மரபுவழி இராணுவக் கட்டமைப்புகளை நோக்கி நகரவேண்டும்.

எனவே எவ்வளவு துரிதமாக ஒரு விடுதலை இயக்கம் மரபுவழி இராணுவமாக மாறுகின்றதோ அந்தளவிற்கு அது தனது சமூகத்தையும் அதன் அரசியல் குறிக்கோளையும் காப்பாற்றுவதற்கும் விடுதலையை நோக்கி முன்னேறுவதற்கும் வாய்ப்பு அதிகரிக்கிறது. எனவேதான் ஒடுக்குமுறை அரசுகளும் ஏகாதிபத்தியங்களும் ஒரு விடுதலைப்போர் கெரில்லா நிலையிலிருந்து மரபு வழிப்படையாக வளர்ச்சியடைவதை தடுப்பதற்கு ஆவன செய்வதில் குறியாக இருக்கின்றன.

இந்தியாவும் சிறிலங்காவும் 1993 ஆம் ஆண்டிலிருந்து எமது போராட்டத்தை அணுகியமுறையை நோக்கினால் அதன் அடிப்படையும் இதுவாகவே இருந்தது.

யாழ்ப்பாணத்தைக் கைப்பற்றிவிட்டால் புலிகள் மரபுவழிப் படையாக இயங்குவதற்கானவளங்கள் அனைத்தும் இல்லாது போய்விடும் என அவை நம்பின. பின்னர் ஏ-9 பாதையைக்கைப்பற்றி வன்னியை இரண்டாக பிரித்துவிட்டால் புலிகள் மீண்டும் கெரில்லா போரில் ஈடுபட வேண்டிய நிலைக்கு தள்ளப்படுவர் என இந்தியாவும் சிறிலங்காவும் எண்ணின.

இன்று எமது உரிமைப் போராட்டத்தில் தமிழ் மக்களுக்கு முதலாம், இரண்டாம் ஈழப் போர்களின் காலத்திலிருந்த நம்பிக்கை அற்றுப்போய்விட்டது எனவும் நீண்டகாலம்போரின் அனர்த்தங்களால் சோர்ந்துபோய்கிடக்கும் அவர்கள் தமது பிள்ளைகள் நன்றாக வாழ்ந்தால் போதும் என்றே எண்ணுகின்றார்கள் எனவும் இதன் காரணமாக இன்று காணப்படும் அமைதிச்சூழல் இன்னும் பல ஆண்டுகளுக்குத் தொடருமானால் புலிகள் தமது மரபுவழிப் படைபலத்தை பேணமுடியாது போய்விடும் எனவும் பல வெளிநாடுகளும் சிறிலங்கா படைத்துறைத் திட்டமிடலாளர்களும் நம்புகின்றனர். நான் குறிப்பிட்ட முன்னாள் போராளி இதை மனதிற் கொண்டே புலிகளின் மரபுவழிப் படையாட்கள் கெரில்லாக்களாக, அரசியற் பற்றுறுதிகொண்டவர்களாக மாற்றப்பட வேண்டும் என குறிப்பிட்டார். ஆனால்எந்தக் கணத்தில் புலிகள் தமது மரபுவழிப் படை நிலைப்பாட்டிலிருந்து சற்றேனும்சறுக்குகின்றார்களோ அப்போதே சிங்கள தேசத்தோடு எமக்கிருக்கின்ற பேரம் பேசும் வலு இல்லாதொழியும்.

சீரான இராணுவ முகாமைத்துவமும் மரபுவழி இராணுவமொன்றை பேணுவதற்கான வளங்களை திரட்டக்கூடிய கட்டமைப்பும் இருந்தால் எத்தனை ஆண்டுகள் போனாலும் புலிகள் தமது மரபுவழி படைபலத்தை சிதைவின்றி பேணலாமென சிலர் கூறுவர். கடந்த 25 வருடங்களாக சீனா எந்தப் போரிலும் ஈடுபடவில்லை. ஆனால் இன்றும் அதனுடைய படைகள் உலகம் கண்டுஅஞ்சுமளவிற்கு போரிடும் ஆற்றலோடு இருக்கின்றன என்பது போன்ற உதாரணங்களையும் அவர்கள் காட்டுவர். இது ஏற்றுக்கொள்ளக் கூடியதல்ல. ஏனெனில் நாம் இன்னும் முழுமையான சுதந்திரமடைந்த தனிநாடாகவில்லை. அதை நோக்கிய பாதையில் சென்றுகொண்டிருப்பவர்கள். ஒட்டுமொத்தமான எமது மக்களின் அரசியல் ஈடுபாடும் தெளிவும் ஆழமாக்கப்படுகையிலேயே எமது மரபுவழி படைபலத்தின் தேவை நடைமுறையில் உணரப்படும்.

எனவே நீண்டுசெல்லும் அமைதிச் சூழலில் புலிகள் தமது மரபுவழிப் படைபலத்தை சிதைவின்றி பேணுவதற்கு தமிழ் சமூகத்தை எந்தளவிற்கு அரசியல் மயப்படுத்த தயாராயிருக்கின்றார்கள் என்ற கேள்வியே இலங்கையின் இராணுவச் சமநிலையை எமக்குச் சாதகமாக வைத்திருப்பதற்கு முக்கியமானதாகிறது.

11.07.2004

சூடான் - தமிழ் ஈழம்;
அமெரிக்கா இரட்டை வேடம் போட இயலா

புலிகள் சமர்ப்பித்துள்ள இடைக்காலத் தன்னாட்சி அதிகாரசபை திட்டத்திற்கும் நீங்கள் அருந்துகின்ற "பன்ரா" போன்ற மென்பானங்களில் நிறக் கலவை போத்தலடியில் படியாமலிருப்பதற்கும் என்ன தொடர்பு? **(இக்கேள்வியைப் பார்த்தவுடன் "ஆஹா! கடைசியாக ஆளுக்கு மூளையில் தட்டிவிட்டது" என எண்ணுவோரை சற்றுப்பொறுமையாக மேற்கொண்டு படிக்கும்படி வேண்டிக் கொள்கிறேன்)**

புலிகள் பல்வேறு நாடுகளில் சிறீலங்கா அரசுடன் **(ஆறுமுறை)** பேசி கிடைத்தபலன் ஒன்றுமில்லை. நீண்டகாலமாக சிறீலங்கா அரசும் சிங்களத் தேசியவாதிகளும் சர்வதேச சமூகத்திடம் ஒரு குற்றச்சாட்டை முன்வைத்துவந்தனர். "புலிகள் பேச்சுவார்த்தைகளை தமது போரியல் தயாரிப்புகளை செய்வதற்கான ஒரு சுத்துமாத்தாகவே பயன்படுத்தியிருக்கிறார்கள். அவர்களுக்கு ஓர் அரசியல் தீர்வில் உண்மையான நாட்டமெதுவும் கிடையாது. அதனாலேயே அவர்கள் தமது சார்பில் எந்தவொரு தீர்வுத் திட்டத்தையும் முன்வைப்பதில்லை. இலங்கையில் அமைதிப் பேச்சுகள் குழம்புவதற்கு இதுவே முக்கிய காரணமாகிறது! - என்பதே சிங்களப் பேரினவாதிகளும் சிறீலங்கா அரசும் தங்களுடைய அடாவடித்தனங்களை நியாயப்படுத்தவென சர்வதேச சமூகத்திடம் எடுத்தியம்பி வந்த விளக்கமாகும்.

இனப்பிரச்சினை தொடர்பான உண்மைகளை மறைப்பதற்கும் தமிழ் மக்களின் நியாயமான கோரிக்கைகளை இருட்டடிப்புச் செய்வதற்கும் விடுதலைப் போராட்டத்தை சுத்த இராணுவக்

கண்ணோட்டம் கொண்ட பயங்கரவாதமாகக் காட்டுவதற்கும் மேற்படி வாதம் அவர்களுக்கு மிகவும் பயன்பட்டுவந்தது. இதற்கொரு முற்றுப்புள்ளி வைப்பதற்காகவே விடுதலைப் புலிகள், தமிழர் கடந்த 50 வருடங்களாக கடந்து வந்த அரசியல் பாதையின் முக்கிய மைல்கற்களை அடித்தளமாகக் கொண்டு இடைக்காலத் தன்னாட்சி அதிகாரசபை என சர்வதேச தமிழ் சட்ட வல்லுனர்களால் தயாரிக்கப்பட்ட தீர்வுத் திட்டத்தை சிறீலங்கா அரசிடம் கையளித்தனர். இதைக் கண்டதும் சிங்களத் தேசியவாதிகள் போட்ட பெரும் கூச்சலின் அதிர்வலைகள் இன்னும் ஓய்ந்தபாடில்லை.

சிங்களப் பேரினவாதிகளின் அபிமான நாயகனான கதிர்காமர் அமெரிக்கா மற்றும் இந்தியத் தலைநகரங்களுக்குச் சென்று "இது இடைக்காலத் தீர்வல்ல தனித் தமிழீழத்தை அமைப்பதற்கான நகல்திட்டம்" - என்று கொக்கரித்தார்.

சந்திரிகாவும் கதிர்காமரும் ஜே.வி.பி.யும் சிங்களப் பேரினவாதப் புத்திஜீவிகளும் அத்தோடு நடுநிலையாளர்களாகத் தம்மைக் காட்டிக்கொள்ளும் சில சிங்கள அறிஞர்களும் அவர்களுக்கு ஒத்து ஊதுகின்ற சில தமிழர்களும் சர்வதேச சமூகம் ஒட்டுமொத்தமாக புலிகளின் இடைக்காலத் தன்னாட்சி அதிகாரசபைத் திட்டத்தை நிராகரித்து விடும் என திட்டவட்டமாக நம்பினர்.

ஏனெனில், அடக்கு முறைக்கு எதிராகவும் ஏகாதிபத்தியத்துக்கு எதிராகவும் போராடுகின்ற ஒடுக்கப்பட்ட பல்வேறு சமூகங்களுக்கு தமது அரசியல் நோக்கங்களை அடைவதற்கு புலிகளின் திட்டம் முன்னுதாரணமாக அமைந்துவிடும் எனவும், அதனால் அமெரிக்கா, ஐரோப்பிய ஒன்றியம், இந்தியா ஆகிய நாடுகள் இடைக்காலத் தன்னாட்சி அதிகாரசபைத் திட்டத்தை ஏற்றுக் கொள்ளமாட்டா என்பதும் மேற்படியாரின் நம்பிக்கையாக இருந்தது.

புலிகளின் இடைக்காலத் தன்னாட்சி அதிகாரசபை வரைவை சர்வதேச ஆதரவோடு புறக்கணித்து புலிகளை வழிக்குள் கொணரலாம் என எண்ணிய சந்திரிகாவும் அவரது மதியுரைஞர்களும் "அதைப்பற்றிப் பேசலாம்; ஆனால், நாம் முன்வைக்கின்ற மாற்றுத் தீர்வுத்திட்டத்தைப் பற்றியும் பேசினால் என்ன?" - எனப் புலிகளைக் கேட்குமளவிற்கு இன்று நிலைதடுமாறியுள்ளனர்.

இங்கு ஏலவே குறிப்பிடப்பட்டதைப்போல, புலிகளின் இடைக்காலத் தன்னாட்சி அதி;காரசபைத் திட்டத்திற்கு சர்வதேச சமூகத்தின் ஆதரவில்லை - என நாடிபிடித்து அறிந்திருந்தால் சந்திரிகாவும் சிங்களப் பேரினவாதிகளும் மேற்குறிப்பிட்ட ஏனையோரும் பேச்சுவார்த்தையைக் குழப்பி தமிழீழ விடுதலைப் போராட்டத்தை ஒரு பயங்கரவாத வன்முறையாக காட்டும் வேலையில் முழு மூச்சாக இறங்கியிருப்பார்கள்.

இதில் வேடிக்கை என்னவென்றால், புலிகளை வெளிநாட்டுப் பயங்கரவாத இயக்கமெனப் பட்டியலிட்டுள்ள அமெரிக்காவும் அதன் கூட்டுநாடுகளும் கூட ஏன் இடைக்காலத் தன்னாட்சி அதிகார சபைத் திட்டத்தை கண்டிக்காமலும் அதைக்கைவிட்டு சிறீலங்கா அரசுக்கு ஏற்புடைய வேறொரு அடிப்படையில் பேசுமாறு புலிகளை வற்புறுத்தாமலும் இருக்கின்றன என்பதை சிங்களப் பேரினவாதிகளும் புத்திஜீவிகளும் புரிந்துகொள்ளாமல் இன்று புலம்பி வருகின்றனர்.

அண்மையில், அமெரிக்க இராஜாங்க பிரதி உதவிச் செயலர் டொனால்ட் காம்ப் கொழும்பில் பத்திரிகை ஆசிரியர்களைச் சந்தித்தபோது தொடுக்கப்பட்ட பெரும்பாலான கேள்விகளில் இந்த ஆதங்கத்தைக் காணலாம்.

உலகின் இரு முக்கிய மூலப்பொருட்களை கையகப்படுத்தும் நோக்குடன் புலிகளின் இடைக்காலத் தன்னாட்சி அதிகாரசபை

வரைவு போன்றதொரு இடைக்காலத் தீர்வுத் திட்டத்துக்கு அமெரிக்காவும் அதன் கூட்டு நாடான பிரித்தானியாவும் முழுமையான ஆதரவு வழங்கியுள்ளன என்பது அவர்களுக்கு தெரிந்திருக்கவில்லை. எமது விடுதலைப் போராட்டம் பெருமெடுப்பில் ஆயுதக் கிளர்ச்சியாக பரவிய அதே ஆண்டு **(1983)** சூடான் நாட்டின் தென்பகுதியில் உள்ள கிறிஸ்தவப் பெரும்பான்மை மக்கள் அந்நாட்டின் இஸ்லாமிய அரசுக்கு எதிராக ஆயுதப்போராட்டத்தில் இறங்கினார்கள். சூடான் அரசு தம்மை இஸ்லாமிய மேலாதிக்கத்துக்கும் இஸ்லாமிய சட்டங்களுக்கும் உட்படுத்தி நசுக்கப் பார்க்கிறது என்பதே தென் சூடான் போராட்டக் குழுக்களின் நிலைப்பாடாக இருந்தது.

மத்திய தரைக்கடல், சுயெஸ் கால்வாய், இந்து மா கடல் என்பவற்றின் ஊடாக அமைந்துள்ள கேந்திர முக்கியத்துவம் வாய்ந்த கடற்பாதைகளின் பாதுகாப்பிற்கும் அதை ஒட்டிய வேறு அலுவல்களுக்கும் சூடானின் புவியியல் அமைவிடம் இன்றியமையாதது என 19ஆம் நூற்றாண்டின் நடுப்பகுதியில் பிரித்தானியா உணர்ந்து கொண்டதாலும் இந்தியாவைக் கட்டுப்பாட்டில் வைத்திருப்பதற்கு மேற்படிக் கடற்பாதைகள் கட்டாயம் தேவை என்பதாலும் சூடானில் பிரித்தானியப் பேரரசு கால்வைத்தது. அதற்குப் போட்டியாக அங்கு வல்லாதிக்கம் செலுத்த பிரான்ஸும் முனைந்தது. நவீன உலகின் இயக்கத்திற்கு இன்றியமையாத ஒரு மூலப்பொருளாக எண்ணெய் தோன்றிய பின்னரும் அது செங்கடலின் ஒரு கரையில் அமைந்துள்ள சவூதி அரேபியாவில் பெருமளவில் கண்டு பிடிக்கப்பட்ட பின்னரும் சூடானின் கேந்திர முக்கியத்துவம் மேலும் அதிகரித்தது. இதன் காரணமாக பிரித்தானியப் பேரரசு சூடான் மீது தன் பிடியை மேலும் இறுக்கிக் கொண்டது.

ஏகாதிபத்தியத்துக்கு எதிராக சூடான் மக்களால் முன்னெடுக்கப்பட்ட பல போராட்டங்கள், பல ஆயுதக் கிளர்ச்சிகள் முறியடிக்கப்பட்டன. இதன் காரணமாக, சூடான் மக்களை பிரித்தாளும் நோக்கில் அந்நாட்டின் தென்பகுதியில் வாழ்ந்த மக்களை கிறிஸ்தவத்திற்கு

மாற்றுவதற்கு பிரித்தானியப் பேரரசு முயற்சியெடுத்து அதில் வெற்றி கண்டது.

இரண்டாம் உலகப்போருக்குப் பின்னர் சுயெஸ் கால்வாய் பிரித்தானியாவின் கட்டுப்பாட்டிலிருந்து நழுவிப்போனதால் செங்கடல் மீதும் சூடான் மீதும் பிரித்தானியாவுக்கிருந்த அக்கறை அருகிப்போயிற்று. இது 1956ஆம் ஆண்டு சூடான் சுதந்திரமடைவதற்கு வழிவகுத்தது. எனினும், சூடான் அரசு மீது அழுத்தங்களை ஏற்படுத்துவதற்கு தென்சூடான் மக்களின் பிரச்சினைகளை அமெரிக்காவும் அதன் சார்பு நாடுகளும் காலத்துக்குக் காலம் பயன்படுத்தத் தவறவில்லை.

எண்ணெய்வளம் நிரம்பிய சவூதி அரேபியாவின் பாதுகாப்பை முன்னிட்டு அமெரிக்கா செங்கடல் பிராந்தியத்தில் பிரித்தானியா விட்டுச் சென்ற ஏகாதிபத்திய இடைவெளியை நிரப்பிற்று.

சிறீலங்கா அரசு மீது அழுத்தத்தைச் செலுத்தி அதைத் தன் வழிக்கு வரவைப்பதற்காக இந்தியா தமிழீழ விடுதலைப் போராட்டத்தை பயன்படுத்த முயற்சித்த அதே பாணியில் அமெரிக்காவும் அதன் கூட்டு நாடான பிரித்தானியாவும் தென் சூடான் மக்களின் போராட்டத்தை பயன்படுத்தின.

இதனிடையே, தென் சூடானில் பெரும் எண்ணை வளமிருப்பது கண்டுபிடிக்கப்பட்டது. அமெரிக்காவிற்கும் அதன் கூட்டு நாடுகளுக்கும் எதிராகத் தன்னை பாதுகாத்துக் கொள்ள எண்ணிய சூடான் அரசு இந்த எண்ணெய் வளத்தை அபிவிருத்தி செய்யும் தனி உரிமையை சீனாவுக்கு வழங்கியது.

தென் சூடானின் எண்ணெய் வளத்தை சீனா முழுமையாகக் கையகப்படுத்திக் கொண்டால், அது தனக்குச் சவால் விடக்கூடிய உலக வல்லரசாக வளர்ந்து வரும் வேகம் மேலும் துரிதப்படும் என்பதை உணர்ந்த அமெரிக்காவம் அதன் கூட்டு நாடுகளும்

வேலையில் இயங்கின. தென் சூடான் போராட்ட இயக்கத்துக்கு அமெரிக்கா கூடிய இரகசிய ஆதரவு வழங்கத் தொடங்கியது. சூடானின் இறைமையைச் சிதைத்து அதன் மீது அழுத்தங்களைப் பிரயோகித்து அதை தம் வழிக்குக் கொண்டுவர அமெரிக்காவும் அதன் கூட்டு நாடுகளும் எடுத்த முயற்சிக்கு இன்னொரு முக்கிய காரணமும் உண்டு.

நீங்கள் கையில் வைத்திருக்கும் இப்பத்திரிகைக் காகிதத்தின் மீது அச்சடிக்கப்படும் மை பரவி ஊறாமல் சீராக அடிக்கப்படும் வடிவத்திற்கு அமைய, நிற்பதற்கு ஒரு மூலப் பொருள் இன்றியமையாதது ஆகும். அதுதான் அரபிப்பசை **(Gum Arabic)** இந்த மூலப் பொருள் இல்லாவிட்டால் நீங்கள் அருந்தும் மென்பானங்களின் செயற்கை நிறங்கள் போத்தலின் அடியில் படிந்து விடும். அது மட்டுமன்றி அழகு சாதனப் பொருட்கள், மருந்துப் பொருட்கள், இனிப்பு வகைகள் எனப் பல்வேறு உற்பத்திகளுக்கு அரபிப்பசை முக்கியமான மூலப் பொருள் ஆகும்.

உலகின் மொத்த அரபிப்பசை உற்பத்தியின் 80 சதவீதத்திற்கு மேல் சூடானிலிருந்தே ஏற்றுமதியாகிறது. இந்த ஏற்றுமதியை முழுமையாக கட்டுப்படுத்துகின்ற நிறுவனத்தின் **(Gum Arabic Company)** உரிமையாளராக இருந்து வந்தவர் ஒஸாமா பின்லேடன் ஆவார்.

1996ஆம் ஆண்டு இஸ்லாமியப் பயங்கரவாதிகளுக்கு சூடான் அரசு தஞ்சமளிக்கிறது எனக் கூறி சூடான் மீது அமெரிக்கா வரையறுக்கப்பட்ட ஏவுகணைத் தாக்குதல் ஒன்றைத் தொடுத்தது. அதேவேளை, சூடானிலிருந்து அரபிப்பசையை இறக்குமதி செய்வதை அமெரிக்கா நிறுத்தியது.

இற்கெதிராக உடனடியாகவே அமெரிக்காவின் பெரும்பலம் படைத்த மென்பான உற்பத்தியாளர் சங்கமும் அமெரிக்க அச்சக உரிமையாளர் சங்கமும் போர்க் கொடி தூக்கின. இவற்றின்

அரசியல் மற்றும் பணம் செல்வாக்கை கண்டு பயந்த அமெரிக்க அரசு தடையை நீக்கியது.

ஆனால், சீனாவின் கைக்குள் சூடானின் எண்ணெய் வளம் போகாமல் இருப்பதற்கும், அரபிப்பசை உற்பத்தி மீது செல்வாக்குச் செலுத்துவதற்கும் ஏதுவாக அமெரிக்காவும் அதன் கூட்டு நாடுகளும் திட்டம் தீட்டிச் செயல்பட்டன.

தென் சூடான் போராட்ட இயக்கம் தன் சொந்தக் காலில் சுதந்திரமாக நின்று செயல்படும் ஓர் அமைப்பு அல்ல. அமெரிக்க, பிரித்தானிய செல்வாக்கிற்கு அமையவே அதன் தலைமை செயல்பட்டு வருகிறது. இதைப் பயன்படுத்தி சூடான் அரசு மீது படிப்படியாகத் தமது செல்வாக்கை அதிகரிக்கும் நோக்கில் அமெரிக்காவும் பிரித்தானியாவும் தென் சூடான் போராட்ட இயக்கத்தை பேச்சுவார்த்தையில் இறக்கின.

சூடான் அரசுக்கும் தென்சூடான் போராட்ட அமைப்பிற்கும் இடையில் ஆரம்பித்த பேச்சுக்களுக்கு நோர்வே அனுசரணையாளராக நியமிக்கப்பட்டது.(**நோர்வேயை அனுசரணையாளராக கொண்டு வருவதில் அமெரிக்காவே பின்னின்று செயற்பட்டது.**)

மேற்படி பேச்சுக்களின் ஊடாக சூடான் அரசு மீது தனது செல்வாக்கைப் பெருக்கி அதன் மூலம் அந்நாட்டின் எண்ணெய் வளம், கனிம வளம், அரபிப்பசை மற்றும் செங்கடல் பாதைகள் ஆகியவற்றை தான் முழுமையாகக் கட்டுப்படுத்தலாம் என அமெரிக்கா கருதுகிறது.

நோர்வேயின் அனுசரணையோடு நடைபெற்ற பேச்சுக்களின் விளைவாக சூடான் அரசுக்கும் தென் சூடான் போராட்ட அமைப்பிற்கும் இடையில் 2002ஆம் ஆண்டு ஜூலை மாதம் ஒரு இடைக்கால ஒழுங்கு பற்றிய உடன்பாடு காணப்பட்டது.

இந்த இடைக்கால நிர்வாக அமைப்பு பற்றிய உடன்படிக்கை; மச்சாக்கோஸ் ப்றொட்டக்கோல் (Machakos Protocol) என அறியப்படுகிறது.

இந்த உடன்பாட்டின் கீழ் தென் சூடான் மக்களின் சுயநிர்ணய உரிமை எந்தவித தங்குதடையுமின்றி ஏற்றுக்கொள்ளப்படுகிறது. இந்த உடன்படிக்கையின் கீழ் நிறுவப்படும் இடைக்கால நிர்வாக அமைப்பின் காலமுடிவில் (**6 ஆண்டுகள்**) தென் சூடான் மக்கள் ஐக்கியப்பட்ட சூடானுக்குள் இருப்பதா அல்லது பிரிந்து தனிநாடாகச் செல்வதா என்பதை தீர்மானிப்பதற்காக சர்வதேச ரீதியாகக் கண்காணிக்கப்பட்ட தேர்தல் ஒன்று நடத்தப்படும் என வரையறுக்கப்பட்டது.

ஈராக்கிற்கு அடுத்ததாக சூடான் பிரச்சினை சர்வதேச கவனத்தை இன்று ஈர்த்து வருகிறது. இதன் காரணமாக, உள்நாட்டுப் போரொன்றின் தீர்வுக்கு ஒரு இடைக்கால நிருவாக கட்டமைப்பு முக்கியமானது என்பதும் ஒரு சமூகத்தின் சுயநிர்ணய உரிமை ஜனநாயக ரீதியாக தீர்மானிக்கப்படலாம் என்பதும் ஒதுக்க முடியாத விடயங்களாக உள்ளன.

ஐக்கிய சூடானுக்குள் தென்சூடான் மக்கள் தொடர்ந்து வாழலாம் என்ற நம்பிக்கையை ஏற்படுத்த இடைக்கால ஒழுங்கு பயன்பட வேண்டும் என மச்சாகோஸ் உடன்பாடு கூறுகிறது.

அதேபோல ஐக்கிய இலங்கைக்குள் தாம் தொடர்ந்து வாழலாம் என்ற நம்பிக்கையை தமிழருக்கு ஏற்படுத்த சிறிலங்கா அரசுக்குக் கொடுக்கப்பட்டிருக்கும் ஒரு வரலாற்று வாய்ப்பாக இடைக்காலத் தன்னாட்சி அதிகார சபை நோக்கப்பட வேண்டும் என்பதை நாம் சர்வதேச சமூகத்திற்கு எடுத்தியம்பவேண்டும்.

சூடானில் ஒரு கதை இலங்கையில் ஒரு கதை என ஆகவும் பம்மாத்து விட முடியாத நிலையில் அமெரிக்காவும் ஏனைய

நெருக்கடிக்குள் உள்ளதா தமிழ்த் தேசியம்?

மேற்கு நாடுகளும் உள்ளன. இதில் மிக முக்கியமானது என்னவெனில், சுயநிர்ணய உரிமையைப் பிரயோகிப்பதற்கான வரலாற்றுக்காரணங்கள் தென் சூடான் மக்களைவிட தமிழீழ மக்களுக்கே மிக அதிகமாகவே உள்ளன.

சூடானின் இடைக்காலத் தீர்வுத்திட்டத்தைப் போலல்லாது புலிகள் முன்வைத்துள்ள இடைக்காலத்தன்னாட்சி அதிகார சபைத்திட்டம் எமது முழுச் சுயநிர்ணய உரிமையை கொள்கையளவில் மட்டுமன்றி நடைமுறையிலும் செயற்படுத்தும் கட்டமைப்புகளைப் பற்றியும் பேசுகிறது.

எமது வளங்கள், எமது நிலம் ஆகியவற்றின் மீதான எமது உரிமையையும் வலியுறுத்துகிறது. ஆனால், சூடானில் இடைக்காலத் தீர்வு அமெரிக்க நலன்களையும் உள்ளடக்குவதால் இவை பற்றித்தெளிவாகப் பேசவில்லை.

எனினும், சூடானின் இடைக்காலத்தீர்வும் அதன் அடிப்படையாக அமைந்துள்ள சுயநிர்ணய உரிமைக்கோட்பாடும் இவற்றிற்கு மேற்கு நாடுகள் வழங்கிய ஆதரவும் எமக்கு சாதகமாகவே உள்ளன. இதனாலேயே, சிங்களப் பேரினவாதிகள் கலங்கிக் குழம்புகின்றனர்.

சிறீலங்கா நாடாளுமன்றத்தில் முழங்குவது மட்டுமே எமது அரசியல் வேலை என்று சும்மாயிருக்காது தமிழ்த் தேசியக் கூட்டமைப்பு அரசியல்வாதிகள் இதுபோன்ற விடயங்களை மேலும் கற்று மக்களிடையே இறங்கி வேலை செய்ய வேண்டும்.

08.08.2004

இந்தியாவின் தென்னாசிய பாதுகாப்பு வலயத்தில் சிறிலங்கா – தமிழீழம்

நொக்கியா செல்லிடத் தொலைபேசியை அறியாத தமிழர் ஒரு சிலரே உள்ளனர். அது உற்பத்தி செய்யப்படும் நாடு பின்லாந்து என்பது கூட நம்மவர் சிலருக்குத் தெரியும்.போனகிழமை இந்தியாவைப் பற்றி எழுதுகிறேன் என கூறியவன். இப்போது ஏன் பின்லாந்தைப் பற்றிக் கதைக்க வெளிக்கிடுறான் எனக் கேள்வி எழலாம்.

பின்லாந்து ரஷ்யாவின் கேந்திர முக்கியத்துவம் வாய்ந்த எல்லைப்புற நாடு. இரண்டாம் உலகப் போர் முடிவடைந்த பின்னர் தனது சுற்றுப்புறப் பிராந்தியப் பாதுகாப்பை மிகக் கவனமாகப் பலப்படுத்தவேண்டிய தேவை அப்போதைய சோவியத் யனியனுக்கு ஏற்பட்டது.

அமெரிக்காவும் அதன் பிரதான நேசநாடான பிரித்தானியாவும் சோவியத் யூனியனுடைய ஐரோப்பிய எல்லைப்புறத்தைப் பலவீனப்படுத்தும் நோக்கில் வட அத்திலாந்திக் ஒப்பந்த அணியை **(North Atlantic Treaty Organization NATO)** ஐரோப்பாவின் கிழக்குப் புறமாகவும் வடக்குப் பக்கமாகவும் விரிவாக்கலாயின.இதைத் தடுப்பதற்காக கிழக்கு ஐரோப்பாவின் சில நாடுகளை மறைமுகமாகவும் சிலவற்றை நேரடியாகவும் தனது நேரடிக் கேந்திரப்பாதுகாப்பு வலயத்தினுள் சோவியத் யூனியன் கொண்டு வந்தது.மேற்படி கிழக்கு ஐரோப்பிய நாடுகளில் வலுவுள்ள சோவியத் சார்பு இடதுசாரி இயக்கங்கள் இருந்ததும் சோவியத் யூனியனுக்கு வாய்ப்பாக அமைந்துவிட்டது.ஆனால் வடஐரோப்பாவில் சோவியத் யூனியனின் எல்லைப்புற நிலைமை வேறாகக் காணப்பட்டது.

சோவியத் யூனியன் தனது வட ஐரோப்பிய பாதுகாப்பு வலயமாகக் கருதிய பிராந்தியத்தினுள் முதலாவதாகப் பின்லாந்தும் இரண்டாவதாக சுவீடனும் மூன்றாவது நோர்வேயும் நான்காவதாக டென்மார்க்கும் காணப்பட்டன. **(இந்நான்கு நாடுகளையுமே ஸ்கந்திநேவிய நாடுகள் என அழைக்கிறோம்)** நான்கு நாடுகளுக்கும் அப்போதிருந்த சிக்கல் சோவியத் யூனியனுடைய பாதுகாப்பு வட்டம் என்பதற்குள் நேரடியாக மாட்டிக்கொண்டு கிழக்கு ஐரோப்பிய நாடுகளைப் போல் தமது இறைமையை முற்றாக இழப்பதா அல்லது தமது சுதந்திரத்தைப் பேணக்கூடிய முறையில் சமரசம் செய்து கொள்வதா என்பதே. இதில் பின்லாந்தும், சுவீடனும் அமெரிக்காவின் நேட்டோ **(NATO)** இராணுவக் கூட்டில் இணையாமல் தவிர்த்துக்கொண்டன.

நோர்வேயும் டென்மார்க்கும் நேட்டோவில் இணைந்து கொண்டபோதும் சோவியத் யூனியனுடைய பாதுகாப்பிற்கு அச்சுறுத்தல் ஏற்படுத்தக்கூடிய எந்த இராணுவ ரீதியிலான அலுவலிலும் ஈடுபடுவதில்லை என அறிவித்தன. **(இதில் நோர்வே பின்னர் சோவியத் யூனியன் மீது அமெரிக்கா இலத்திரனியல் புலனாய்வு வேலைகளை செய்வதற்குப் பெருமளவு ஒத்துழைத்தது என்பது நாம் கவனிக்கவேண்டும்.)**

மேற்படி நான்கு ஸ்கந்திநேவிய நாடுகளில் பின்லாந்து சோவியத் யூனியனுடன் நீண்ட நேரடி எல்லைப்புறத்தைக் கொண்டதாகும். எனவே சோவியத் யூனியனுடைய பாதுகாப்பிற்குக் குந்தகமாக அமையக்கூடிய எந்தவொரு உள்நாட்டு, வெளிநாட்டு கொள்கையையோ நடைமுறையையோ கடைப்பிடிப்பதில்லை என்ற அடிப்படையில் பின்லாந்து அன்றைய அந்த உலக வல்லரசுடன் ஒரு 'நட்புறவு' ஒப்பந்தத்தைச் செய்து கொண்டது. இவ்வொப்பந்தம் பின்லாந்தினுடைய இறைமையை தனித்துவத்தை பறித்தெடுத்து விட்டது என அமெரிக்கா சார்பு விமர்சகர்கள் அன்று கண்டித்தனர். ஆனால் சோவியத் எதிர்ப்பு நடவடிக்கைகளுக்கு தளமாகாமல் தனது சுதந்திரத்தைப் பேணுவதே ஸ்கந்திநேவியத் பிராந்தியத்தின்

பாதுகாப்பிற்கு அடித்தளமாகும் என பின்லாந்து தான் செய்து கொண்ட ஒப்பந்தத்தை நியாயப்படுத்தியது.

கிழக்கு ஐரோப்பிய நாடுகளைப் போல் பின்லாந்து சோவியத் யூனியனின் இரும்புத் திரைக்குள் மறைந்து போகாது.மேற்குடனும் தனது பொருளாதார உறவுகளை தொடர்ந்து பேணிட இவ்வொப்பந்தமே காரணமாயிற்று எனச் சில ஆய்வாளர்கள் சுட்டிக்காட்டுவர். பின்லாந்தின் இந்த அனுபவம் சர்வதேச அரசியற் கற்கைகளில் ஒரு முக்கிய கோட்பாட்டின் தோற்றத்திற்கு வழிவகுத்தது. இதுவே 'பின்லாந்துப்படுத்தல் (Finlandisation) என்றறியப்படும்.1987 ஆம் ஆண்டு ஸ்ரீலங்கா இந்தியாவுடன் செய்துகொண்ட ஒப்பந்தத்தின் மூலம் அது பின்லாந்துப்படுத்தப்பட்டுவிட்டது எனச் சில உலக அரசியல் ஆய்வாளர்கள் கூறுவர். இக்கருத்தை கலாநிதி அமால் ஜயவர்த்தன அந்நேரத்தில் ஐலண்ட் ஆங்கில நாளேட்டில் எழுதிய ஒரு ஆய்வுக்கட்டுரையில் முன்வைத்தார்.

அவருடைய கருத்தைப் பல சிங்கள ஆய்வாளர் ஏற்க மறுத்து வருகின்றனர். கொழும்பிலுள்ள "விவரமறிந்த" ஆங்கில பத்தி எழுத்தாளர் ஒருவர் அண்மையில் என்னுடன் இந்தியா பற்றி பேசிக்கொண்டிருக்கும்போது 1987 சிறிலங்கா - இந்தியா ஒப்பந்தம் காலாவதியாகிவிட்டது என ஆணித்தரமாகக் கூறினார். அவரைப்போலவே பல சிங்களக் கருத்தியலாளரும் அரசியலாளரும் எண்ணுகின்றனர்.

சிறிலங்காவின் வெளியுறவுக் கொள்கையை மட்டுமல்லாது அதனுடைய உள்நாட்டுக் கொள்கையையும் இந்திய - இலங்கை ஒப்பந்தமும் அதன் பின்னிணைப்பான கடிதப் பரிமாற்றமும் கட்டுப்படுத்துகின்றன என்ற இந்த உண்மையை கண்ணை மூடிப் பால் குடித்த பூனையைப் போல இவர்கள் காண மறுக்கின்றனர்.இந்த வகையில் சிறிலங்கா முழுமையாகப் பின்லாந்துப் படுத்தப்படவில்லை எனக் கூற வேண்டியுள்ளது.

இரண்டாம் உலகப் போருக்குப் பின்னர் இன்றுவரை பின்லாந்து சோவியத் யூனியனுடனான ஒப்பந்தத்திற்கு முரணாக எதுவும் செய்திடாத வகையில் தனது இறைமையைப் பேணுவதில் தெளிவாகச் செயற்பட்டு வருகிறது. **(ஆலாந்து என்ற சிறிய பகுதிக்குக் கொடுக்கப்பட்டிருக்கும் சிறப்பு தன்னாட்சி முறையும் இந்தப் பின்னணியில் புரிந்து கொள்ளப்படலாம்)** ஆனால் தென்னாசியாவிற்கு ஒரு பொதுமையான பாதுகாப்பு ஒழுங்கு இருக்கின்றது எனவே அதற்குத் தனது பின்லாந்துப்படுத்தல் இன்றியமையாத ஒன்று எனவே சிங்கள அரசியலாளரோ, வெளியுறவுக் கொள்கையாளரோ அன்றும் இன்றும் ஏற்றுக்கொள்ளத் தயாராக இல்லை - இருக்கப்போவதுமில்லை. இந்திய - இலங்கை ஒப்பந்தமானது சிறிலங்காவின் உள்ளக மற்றும் வெளிசுயநிர்ணய உரிமையையும், இறைமையையும் சட்டரீதியாக மட்டுப்படுத்திவிட்டது என்பதை அவர்களால் ஜீரணிக்க முடியவில்லை. இதன் காரணமாக இந்திய – சிறிலங்கா உறவு ஒரு போதும் முழுமையான பின்லாந்துப்படுத்தலின் அடிப்படையில் அமையமுடியாது எனக் கூறலாம்.

கடந்த சில ஆண்டுகளாக அமெரிக்காவுடனும் பாகிஸ்தானுடனும் சிறிலங்கா செய்ய முற்பட்ட ஒப்பந்தங்கள் இரண்டும் இந்திய - இலங்கை ஒப்பந்தத்திற்கு மிக முரணாகவும் இந்தியாவின் பாதுகாப்பிற்கு நேரடியாக அச்சுறுத்தல் விடுபவையாகவும் இருந்தமை எனது மேற்படி கூற்றிற்கு வலுச்சேர்ப்பதாகும்.

இலங்கை, நேபாளம், பங்களாதேஷ், பூட்டான் ஆகிய நான்கு நாடுகளும் தனது பாதுகாப்பு வலயத்திற்கு இன்றியமையாத பின்லாந்துப்படுத்தப்படவேண்டிய நாடுகள் என இந்தியா நீண்டகாலமாகக் கருதி வருகிறது. ஆனால் ஸ்கந்திநேவியப் பிராந்திய நாடுகளைப் போலன்றி மேற்படி நான்கு நாடுகளும் இதை தமது வெளியுறவு மற்றும் பாதுகாப்புக்கோட்பாடுகளின் ஒரு இன்றியமையாத அம்சமாக ஆரம்பத்திலிருந்தே ஏற்க மறுத்து வருகின்றன. இனி தென்னாசியப் பிராந்தியத்தில் இவ்வாறான

ஒரு நிலைப்பாட்டை எடுப்பதற்கு இந்தியா சுதந்திரமடைந்த காலத்திலிருந்து அதற்கு இருநது வந்த உந்தல்கள் என்ன என்பதையும் அவை காலத்திற்குக்காலம் உலக அரசியற் சூழ்நிலைகளுக்கு ஏற்ப எங்ஙனம் மாற்றமடைந்து வருகின்றன என்பதையும் பார்ப்போம்.

இந்தியா சுதந்திரமடைந்த பொழுது தனது பாதுகாப்பிற்கு இன்றியமையாத ஒரு அரணாக இமயமலைத் தொடரைக் கருதிற்று. ஆனால் இமயமலை அடிவாரத்தின் முக்கிய பகுதிகள் அப்போது தனி இறைமையுள்ள அரசுகளாக இருந்த நேபாளம், பூட்டான், சீக்கிம் மற்றும் காஷ்மீர் ஆகியவற்றின் கட்டுப்பாட்டிலேயே இருந்தன.

இவற்றில் காஷ்மீர் இராச்சியத்தின் மன்னர் தனது நாட்டின் உரிமையை இந்தியா சுதந்திரமடைந்த கையோடு அதனுடன் பேரம் பேசிக் கொடுத்து விட்டார். இதைப் பாகிஸ்தான் ஏற்க மறுத்ததும்., காஷ்மீர் மீது அது படையெடுத்து அந்நாட்டின் ஒரு பகுதியைக் கைப்பற்றியதும், அச்சிக்கல் இன்றுவரை தொடர்வதும் நீங்களறிந்த விடயங்களே.இமயமலையின் அடிவாரத்திலிருந்த நாடுகளை தன் நேரடி அல்லது மறைமுக கட்டுப்பாட்டில் வைத்திருக்க வேண்டும் என இந்தியா கருதியமைக்கு ஒரு மிக முக்கியமான போரியல் காரணம் உண்டு.

மலையும் சமதரையும் உள்ள ஒரு பிராந்தியத்தில் இரு படைகள் மோதுமாயின் மலை உச்சிகள் யார் கைகளில் உண்டோ அவர்களே வெல்வர் என்பது மரபு வழிப்போரியலின் பொதுநியதி. எனவே சீனா, பாகிஸ்தான் ஆகியவற்றின் படைகள் நேபாளம், பூட்டான், சீக்கிம், காஷ்மீர் ஆகியவற்றின் எல்லைபுறங்களாக அமைந்துள்ள இமயமலை தொடரின் முக்கிய உச்சிகளை – குறிப்பாகக் கணவாய்கள், பனிநகர்விடங்கள் **(Glaciers)** போன்றவற்றின் மேலாக உள்ளவற்றை – தமது செல்வாக்கினுள் கொணர்ந்து விட்டால் தனது பாதுகாப்பு பெரும் அச்சுறுத்தலுக்கு உள்ளாகிவிடும்

என இந்தியா கருதிற்று. எனவே பிரித்தானிய ஏகாதிபத்தியத்திடம் இருந்து சுதந்திரம் கிடைத்த அடுத்த ஆண்டே அதாவது 1949 இலே இந்தியா இமயமலைத் தொடரின் மிகக் கேந்திர நுட்பம் வாய்ந்த இடத்தில் அமைந்திருந்த பூட்டானுடன் ஒரு பாதுகாப்பு ஒப்பந்தத்தை செய்து கொண்டது. இதன்படி பூட்டான் தனது வெளிவிவகாரங்களை இந்தியாவின் மதியுரைப்படியே செய்யுமெனவும், ஆனால் இந்தியா அந்நாட்டின் உள்ளக விவகாரங்களில் தலையிடாது எனவும் ஒப்புக் கொள்ளப்பட்டது.

1949 ஆம் ஆண்டு ஆகஸ்ட் மாதம் கைச்சாத்திடப்பட்ட இந்தியா – பூட்டான் ஒப்பந்தத்தின் 6 ஆவது பிரிவின்படி பூட்டான் தனக்குத் தேவையான ஆயுதங்கள், ரவைகள், இயந்திரங்கள் என அனைத்துப் போர்த் தளபாடங்களையும் இந்தியாவினூடாகவே கொள்வனவு செய்ய வேண்டுமென வரையறுக்கப்பட்டது. இவ்விடத்தில் ஒன்றைக்குறிப்பிடவேண்டும். தென்னாசியாவின் பின்லாந்துப்படுத்தலில் அகப்பட்ட நாடுகளுள் சிறிலங்கா பூட்டானை விடக் கவலைக்கிடமான நிலையில் உள்ளதென்பதே அது.

இந்தியா – பூட்டான் ஒப்பந்தத்தில் பின்னையநாட்டின் உள் விவகாரங்களில் தலையிடமாட்டேன் என இந்தியா எழுத்தில் கொடுத்துள்ளது. ஆனால் சிறிலங்காவின் உள்நாட்டுச் சிக்கல்களிலெல்லாம் தலையாய சிக்கலான தமிழ் பேசும் மக்களின் பிரச்சினையை எவ்வாறு தீர்ப்பது என்ற விடயத்தில் இந்தியாவிற்கு மிக முக்கிய பங்குள்ளது என இந்தியா - இலங்கை ஒப்பந்தம் கூறுகிறது. பூட்டானை அடுத்து இந்தியா நேபாளத்துடன் 1950 ஆம் ஆண்டு ஒரு ஒப்பந்தத்தைச் செய்து கொண்டது.

இவ்வொப்பந்தத்தை ஒட்டியும் இந்திய - இலங்கை ஒப்பந்தம் போன்று ஒரு கடிதப் பரிமாற்றம் செய்யப்பட்டது. இக்கடிதப் பரிமாற்றத்தின் உட்கிடை 1959 ஆம் ஆண்டு வரை இரகசியமாகவே வைக்கப்பட்டிருந்தது. **(ஒப்பந்தங்களை ஒட்டிய**

கடித அல்லது குறிப்புப் பரிமாற்றங்கள் *(Exchange of Letters or Notes)* ஒப்பந்தங்களைப் போலவே முழுச் சட்டவலுவுள்ளவை என்பது இங்கு குறிப்பிடப்படவேண்டும்) இந்திய – நேபாள ஒப்பந்தத்தின்படி இந்தியாவின் பாதுகாப்புக்குக் குந்தகமாக நேபாளம் எந்தவொரு வெளிநாட்டுச் சக்தியையும் தனது மண்ணில் அனுமதிக்காது எனவும் இந்தியாவும் அங்ஙனமே நடந்து கொள்ளும் எனவும் இணங்கப்பட்டது.

அத்துடன் அந்த ஒப்பந்தத்தின் ஐந்தாவது பிரிவின்படி நேபாளம் தனது போத்தளபாடங்களை இந்தியாவின் ஊடாகவே வாங்க வேண்டுமெனவும் வரையறுக்கப்பட்டது. ஒப்பந்தம் எழுதியாயிற்று, வேலை முடிந்தது என்றபடி இந்தியா சும்மா இருப்பதில்லை என்பதை இங்கு நாம் நோக்கவேண்டும்.இந்தியாவின் பிடியிலிருந்து சிறிது சிறிதாக விடுபட்டு தனது நாட்டின் முழு இறைமையை நிலைநாட்டிடும் நோக்கில் நேபாள மன்னர் தனது அடுத்த அண்டை நாடான சீனாவுடன் பலதரப்பட்ட உறவுகளை வளர்க்கலானார்.

இவ்வுறவு படிப்படியாக வளர்ச்சியடைந்து 1986 – 87 இல் சீனாவிடமிருந்து சில போர்த்தள பாடங்களை நேபாளம் வாங்குமளவிற்குச் சென்றது.இதையறிந்த உடனேயே நேபாளத்துடனான தனது எல்லையை இந்தியா மூடிவிட்டது. இதனால் அந்நாட்டில் பெரும் பொருளாதார நெருக்கடி உருவாயிற்று. இச்சூழலைப் பயன்படுத்தி ஜனநாயகத்துக்கான இயக்கம் என ஒன்று இந்தியாவின் மறைமுக உதவியோடு கிளம்பி மன்னராட்சியின் அதிகாரத்தை மட்டுப்படுத்திடப் போராட்டத்தில் இறங்கியது. இதனால் இந்தியாவின் கைப்பொம்மையாகக் கருதப்பட்ட கிரிஜ பிரசாத் கொய்ராலா பிரதமராக அதிகாரத்திற்கு வந்தார்.

1990 ஆம் ஆண்டு ஜூன் மாதம் இந்தியப் பிரதமரும் நேபாளப் பிரதமரும் சந்தித்து கூட்டாக ஒரு அறிக்கை வெளியிட்டனர். இதில் நேபாளம் இந்தியாவின் பாதுகாப்பு பற்றிய அக்கறைகளை முழுமையாக மதிக்கும் எனவும் தனது மண்ணில் இந்தியாவிற்கு

அச்சுறுத்தலோ பாதுகாப்புக்குக் குந்தகமோ ஏற்படுத்தக்கூடிய மூன்றாம் தரப்பினரை அனுமதிக்காது எனவும், இந்தியாவும் நேபாளத்தைப் பொறுத்தவரை மேற்படியே நடந்துகொள்ளுமெனவும் பாதுகாப்பு விடயங்களில் இரு நாடுகளும் கலந்தாலோசித்தே முடிவெடுக்கும் எனவும் பிரகடனப்படுத்தப்பட்டது.

அதாவது 1950 ஆம் ஆண்டு உடன்படிக்கையிலிருந்து இம்மியளவும் நேபாளம் வழுவாமலிருக்க வேண்டும் என்பதில் இந்தியா மிக உன்னிப்பாகச் செயல்பட்டு வருவதை இதிலிருந்து நாம் புரிந்துகொள்ளலாம். 1987 இலங்கை - இந்திய ஒப்பந்தமும் இதற்கு விதிவிலக்கல்ல. 1950 இல் அப்போது சுதந்திர இராச்சியமாகவிருந்த சீக்கிம்முடனும் இந்தியா மேற்கூறியது போன்ற பின்லாந்துப்படுத்தும் ஒப்பந்தமொன்றைச் செய்து கொண்டது. சீக்கிம் இந்தியாவினுடைய ”கையாளலை” எதிர்கொண்டு அல்லது வெட்டியோடி தனது இறைமையைப் பேணிடக் கூடிய தகைமை கொண்ட அரசாட்சியற்ற நாடாக இருந்தமையால் 1975 இல் அதை தனது இருபத்தியிரண்டாவது மாநிலமாக இந்தியா உள்வாங்கிவிட்டது.

இது மட்டுமன்றி பாகிஸ்தானிடமிருந்து தனிநாடாக பங்களாதேஷ் பிரிந்தவுடனேயே அதனுடன் இந்தியா ஒரு பாதுகாப்பு மையப்பட்ட ஒரு நட்புறவு ஒப்பந்தத்தை 1972 இல் ஏற்படுத்திக் கொண்டது. இதன்படி பங்களாதேஷ் இந்தியா தவிர்ந்த வேறு எந்த நாட்டுடனும் இராணுவக் கூட்டு வைத்துக்கொள்ளக்கூடாது என வரையறுக்கப்பட்டது.

(இவ்வொப்பந்தம் இப்போது காலாவதியாவிட்டதாக அண்மையில் நான் சந்தித்த ஒரு வங்காள அரசியல்துறைப் பேராசிரியர் கூறுகிறார்) இந்தியா பின்லாந்துப்படுத்திய அல்லது பின்லாந்துப்படுத்திட முயன்றுவரும் மேற்படி நாடுகளுக்கும் இலங்கைக்கும் அடிப்படைப் பாதுகாப்பு மற்றும் போரியல் சார் வேற்றுமைகள் உண்டு. தமிழீழத்திற்கும் இவை

செல்லுபடியாகும். இவை என்ன. இவற்றிற்கு முகம் கொடுத்து எமது முழு இறைமையை விட்டுக்கொடுக்காதபடி நாம் எமது பயணத்தைத் தொடர்வதற்கான அரசியற் கேந்திர சூழல் எங்ஙனம் அமைகிறது என்பதை அடுத்த கிழமை பார்ப்போம்.

28.12.2003

சுயநிர்ணய உரிமை, ஒட்டுப்படைகள் கிழக்குத் தீமோர் தரும் பாடம்

இலங்கையில் இன்று நிரந்தர அமைதி ஏற்படுமா, இல்லையா என்பதற்கு புலிகளின் இடைக்காலத் தன்னாட்சி அதிகார சபைத் திட்டம் ஒரு வரலாற்று உரை கல்லாக அமைந்துள்ளது. இதில் காணப்படும் தமிழர் சுயநிர்ணய உரிமை பற்றிய அடிப்படை கருத்தையே சிங்கள தேசம் பெரும் அச்சுறுத்தலாகவும் நசுக்கப்படவேண்டிய சவாலாகவும் கருதி செயற்படுகின்றது.இலங்கை தீவை விட்டு பிரித்தானிய ஏகாதிபத்தியம் வெளியேறிய கணத்திலிருந்து இன்றுவரை இத்தீவின் வடக்கு – கிழக்கில் வாழும் தமிழர்கள் தமது சுயநிர்ணய உரிமையை சிங்கள தேசத்திடம் ஒப்புக்கொடுக்கவில்லை என்ற வரலாற்று உண்மையின் அடித்தளத்திலேயே வட்டுக்கோட்டைத் தீர்மானமும் (1976) சுதந்திரத் தமிழீழ அரசை அமைப்பதற்கான சர்வஜன வாக்காக தமிழர் தாயகத்தில் 1977 இல் நடைபெற்ற பொதுத் தேர்தலும் 1985 ஆம் ஆண்டு கூட்டணியும் அனைத்து ஈழ விடுதலை இயக்கங்களும் ஒருமித்துப் பிரகடனப் படுத்திய திம்புக் கோட்பாடுகளும் புலிகள் இன்று முன்வைத்துள்ள இடைக்காலத் தன்னாட்சி அதிகார சபைத் திட்டமும் அமைந்துள்ளன.

எமது சுயநிர்ணய உரிமை சரியாக அங்கிகரிக்கப்படாத எந்த ஒரு அரசியல் தீர்வும் எம்முடைய சமூகத்தின் வேலையில்லாப் பிரச்சினை தொடக்கம் நிலப்பயன்பாட்டுச் சிக்கல்கள் வரை எதையுமே தீர்க்கக்கூடிய நிரந்தர அடிப்படையாக இருக்க முடியாது என்ற உண்மையை பல படித்த தமிழர்கள் கூட புரிந்து கொள்ளாது உளறித் திரிகின்றனர். எமது சுயநிர்ணய உரிமை என்பது சிங்கள தேசம் கற்பனை செய்வதுபோல இலகுவாகத் தூக்கியெறிந்து

விடக்கூடிய விடயமல்ல. ஏனெனில், சர்வதேச சமூகம் அண்மைக் காலங்களில் சுயநிர்ணய உரிமையை புறக்கணிக்க முடியாத ஒரு அரசியல் நடைமுறையாக ஏற்கத் தலைப்பட்டுள்ளது. போனகிழமை இது தொடர்பாக நாம் சூடானின் அரசியலைப் பற்றிப் பார்த்தோம்.

இன்று கிழக்குத் தீமோரைப் பற்றிச் சுருக்கமாக நோக்குவோம். கிழக்குத் தீமோரின் சுயநிர்ணய உரிமைக்கான வரலாற்றுக் காரணங்களைப்போல எமக்கும் ஆணித்தரமான காரணங்கள் உண்டு என்பதை அரசியல்வாதிகள் எமது மக்களுக்கு தெளிவுபடுத்தக்கூடிய வகையில் களத்தில் இறங்கிச் செயற்படவேண்டும்.

கிழக்கு தீமோருக்கு அவுஸ்திரேலியாவைப் போல இந்தியா எமக்கு அமைந்துள்ளது. இதில் நாம் கற்கவேண்டிய பாடங்கள் பல எமது அடிப்படை உரிமைகளை நாம் வென்றெடுப்பதைத் தடுக்க பாசிச அரசுகள் எவ்வாறு அமெரிக்கா, பிரித்தானிய ஆகியவற்றின் துணையோடு கைக் கூலிகளையும் ஒட்டுப்படைகளையும் **(Para Militaries)** எவ்வாறு கட்டவிழ்த்துவிடுகின்றன என்பதையும் கிழக்குத் தீமோர் எமக்குக் கற்றுத் தருகின்றது.

மேற்கத்தேய நாடுகள் பேசும் மனித உரிமை, ஜனநாயகம், நல்லாட்சி எல்லாவற்றையும்விட அவற்றிற்கு எண்ணெய் மற்றும் கனி வளங்கள், கடற்பாதைகள் என்பவையே முக்கியமானவை என்ற பாடத்தையும் நாம் கிழக்குத் தீமோரிலிருந்து தெளிவாகக் கற்றுக் கொள்ளலாம். இவற்றையெல்லாம் கருத்தில்கொண்டு மேற்கொண்டு படியுங்கள். தீமோர் அவுஸ்திரேலியாவுக்கும் இந்தோனேசியாவுக்குமிடையில் அமைந்துள்ள கேந்திர முக்கியத்துவம் வாய்ந்த ஒரு தீவாகும்.

அவுஸ்திரேலியா தனது பாதுகாப்புக்கு இன்றியமையாத ஒரு இடமாக தீமோரைக் கருதி வருகின்றது. அது மட்டுமின்றி இருநாடுகளுக்குமிடைப்பட்ட கடற்பகுதியில் இருக்கின்ற பெரும் எண்ணெய் வளத்தை தனதாக்கிக் கொள்வதிலும்

அவுஸ்திரேலியா குறியாக இருக்கின்றது. கிழக்குத் தீமோரின் விடுதலைப் போராட்டம் அவுஸ்திரேலியாவினுடைய இவ்விரு நலன்களின் அடிப்படையில் பல இன்னல்களை சந்தித்தது. சுதந்திர கிழக்குத் தீமோருடைய இறைமையை இந்த அடிப்படையிலேயே அவுஸ்திரேலியா மட்டுப்படுத்த முனைகின்றது. 13-ஆம் நூற்றாண்டுக்கு முன்னர் தீமோரின் வரலாறு பற்றி அறியப்படவில்லை. சீன வர்த்தகர்களும் தமிழரும் பண்டைக்காலத்தில் அங்கு கிடைக்கப்பெறும் சந்தன மரங்கள், தேன், மெழுகு ஆகியவற்றை பெறுவதற்கு தீமோருக்குச் சென்று வந்தனர். தீமோர் தீவில் பல்வேறு மொழிகளைப் பேசும் பழங்குடிகள் வாழுகின்றனர். அந்நாட்டில் பெரும் பகுதி மலைப்பாங்கான பிரதேசமாகும். பெரும்பான்மையான மக்கள் சேனைப் பயிர்ச்செய்கை விவசாயம் ஆகியவற்றிலே ஈடுபட்டிருக்கின்றனர். கரையோரப் பகுதியிலுள்ள சிலர் மீன்பிடியிலும் ஈடுபட்டுள்ளனர். பெரும்பான்மையான மக்கள் எழுத்தறிவில்லாதவர்களாகவும் புராதன மதங்களை பின்பற்றுபவர்களாகவும் உள்ளனர்.

போர்த்துக்கேயவர்த்தகர்கள் தீமோர் தீவில் 1509 ஆம் ஆண்டு காலடி வைத்தனர்.இதன் பின்னர் 1556 இல் அவர்கள் அங்கு தமது ஆதிக்கத்தினை நினைநாட்டினர். இந்தோனேசியாவில் 17 ஆம், 18 ஆம் நூற்றாண்டுகளில் ஒல்லாந்தர் கால் வைத்த பின்னர் கேந்திர முக்கியத்துவம் வாய்ந்த இடங்களான ஆச்சே மற்றும் தீமோர் தொடர்பாக போர்த்துக்கேயர்களுக்கும் அவர்களுக்குமிடையில் தொடர்ந்து இழுபறி நிலவி வந்தது.இதன் இறுதியில் 1859 ஆம் ஆண்டு இருநாடுகளும் ஒரு ஒப்பந்தத்தின் அடிப்படையில் தீமோர் தீவை கிழக்கு மேற்கு என பிரித்து எடுத்துக் கொண்டனர். இதன் பின்னர் 1975 ஆம் ஆண்டு வரை கிழக்குத் தீமோர் போர்த்துக்கலின் இறைமைக்கு உட்பட்ட ஒரு பிராந்தியமாக இருந்து வந்தது.இரண்டாம் உலகப் போரின்போது ஜப்பானியர் தீமோர் தீவைக் கைப்பற்றினார். அவுஸ்திரேலியாவின் மீது படையெடுத்து அந்நாட்டைக் கைப்பற்றுவதற்கான ஒரு முன்தளமாக அவர்கள் தீமோரில் போர் தயாரிப்புகளைச் செய்யலாயினர். இதை

முறியடிக்க அவுஸ்திரேலியா தனது விசேட படையினர் 250 பேரை அனுப்பி அங்கு ஜப்பானியருக்கு எதிரான கெரில்லாப் போரொன்றைத் தொடங்கியது. இதன் மூலம் தமது நாட்டின் மீது ஜப்பான் திட்டமிட்டபடி உரியநேரத்தில் படையெடுக்காது தாமதமடைய வைக்கலாம் என அவுஸ்திரேலியர் எதிர்பார்த்தனர். ஜப்பானியருக்கு எதிரான கெரில்லாப் போரில் அவுஸ்திரேலியருக்குத் துணையாக பல்லாயிரக்கணக்கான கிழக்குத் தீமோர் மக்களும் இணைந்து போராடினர். இதில் அறுபதாயிரம் கிழக்குத் தீமோர் மக்கள் உயிரிழந்தனர்.1974 ஆம் ஆண்டு போர்த்துக்கல் நாட்டில் ஒரு இராணுவச் சதிப்புரட்சி நடைபெற்றது. இதன் காரணமாக அந்நாடு அங்கோலாபோன்ற தனது காலனிகளில் வைத்திருந்த பிடி தளரத் தொடங்கிற்று. இந்த சந்தர்ப்பத்தைப் பயன்படுத்தி கிழக்குத் தீமோரிலும் அதன் சுயநிர்ணய உரிமையை நிலை நாட்டும் நோக்குடன் படித்த இடதுசாரி இளைஞர்கள் பிரேட்டிலின் என்ற அரசியல் அமைப்பை உருவாக்கினார்கள்.அதே காலப்பகுதியில் தீமோர் ஜனநாயக யுனியன் என்ற கட்சியும் ஆரம்பிக்கப்பட்டது.

ஆரம்பத்தில் தாம் கிழக்குத் தீமோரை தனிநாடாக பிரகடனப் படுத்தப்போவதாகவும் ஆனால், இந்தோனேசியாவின் பாதுகாப்புக்குக் குந்தகம் இல்லாத வகையிலும் அதன் கேந்திர மற்றும் பொருளாதார நலன்களுக்கு ஏற்ற வகையிலும் தமது நாடு தனது வெளியுறவுக் கொள்கையை வகுத்துக் கொள்ளும் என இந்தோனேசிய அரசுடன் கிழக்குத் தீமோர் விடுதலை இயக்கங்கள் பேச்சுவார்த்தை நடத்திப் பார்த்தன. சரியான பதில் கிடைக்காதநிலையில் பிரேட்டிலின் அமைப்பு தேசங ;களின் சுயநிர்ணயக்கோட்பாட்டின் அடிப்படையில் கிழக்குத் தீமோரை ஒரு தனி நாடாக 1975 ஆம் ஆண்டு ஆரம்பத்தில் பிரகடனப்படுத்திற்று. இதைத் தொடர்ந்து அவ்வமைப்புக்கும் இந்தோனேசிய உளவுத் துறையின் பின்னணியில் இயங்கிய ஒரு குழுவுக்குமிடையில் ஏற்பட்ட மோதலைச் சாட்டாக வைத்து 1975 ஆம் ஆண்டு டிசம்பர் மாதம் இந்தோனேசியப்படைகள் கிழக்குத் தீமோர் மீது படையெடுத்தன. 1976 ஆம் ஆண்டு ஜூலை மாதத்தில் கிழக்குத் தீமோர் இந்தோனேசியாவின் 27 ஆவது மாகாணமாக

பிரகடப்படுத்தப்பட்டது. இந்தக் காலகட்டத்தில் கிழக்குத் தீமோரில் தனக்கு எதிரான சக்திகள் அனைத்தையும் பூண்டோடு அழிக்கும் நோக்கில் இந்தோனேசிய இராணுவம் ஒரு இலட்சம் மக்களுக்கு மேல்கொன்று குவித்தது.

பல்லாயிரக்கணக்கான மக்கள் கொடூரமாகச் சித்திரவதை செய்யப்பட்டனர். மேலும் பல்லாயிரம் மக்கள் அகதிகளால் வீடு வாசல்களை விட்டு மேற்குத் தீமோரில் தஞ்சம் புகுந்தனர்.இந்தோனேசிய படைகளுக்கு எதிராக ஆரம்பத்தில் பிரேட்டிலின் விடுதலை அமைப்பின் படைப்பிரிவான பலின்ரின் வெற்றிகரமான கெரில்லாத் தாக்குதல்களை நடத்தியது. இதற்கு எந்தவித வெளி உதவிகளும் இருக்கவில்லை. கிழக்குத் தீமோர் விடுதலை இயக்கத்தின் இராணுவப் பிரிவை போர்த்துக்கீச இராணுவத்தில் பணியாற்றி வெளியேறிய பல அதிகாரிகள் இணைந்து உருவாக்கினர். போர்த்துக்கீச இராணுவம் ஆங்காங்கே விட்டுச் சென்ற மற்றும் களவாடப்பட்ட ரைபிள்களை கொண்டே விடுதலை இயக்கத்தின் இராணுவம் ஆரம்பத்தில் உருவாக்கப்பட்டது. அத்துடன் மரபு வழி இராணுவத்திற்குரிய பயிற்சிகளின் அடிப்படையிலேயே விடுதலைப்போராளிகள் உருவாக்கப்பட்டனர். ஆனால் இந்த போராட்டத்தை இந்தோனேசியப் படைகள் அமெரிக்க, பிரித்தானிய மற்றும் அவுஸ்திரேலிய சிறப்புப் படைகளின் ஆலோசனைக்கு இணங்க மிகக் கொடூரமான முறைகளின் மூலம் கட்டுப்பாட்டுக்குள் கொண்டு வந்தன. கிழக்குத் தீமோர் கெரில்லாக்கள் பலமாக இருந்த மலைப்பிராந்தியங்களில் அவர்களை தனிமைப்படுத்தி அழிப்பதற்காக இந்தோனேசிய இராணுவம் உணவு, மருந்து ஆகியவை உட்பட்ட முற்று முழுதான பொருளாதாரத் தடையை போட்டது. கால்களின் வேலி என அழைக்கப்பட்ட இராணுவ நடவடிக்கையில மலைச் சாரல்களில் இருந்த பல நூற்றுக்கணக்கான கிராமங்களிலிருந்து பல்லாயிரக்கணக்கான மக்கள் இந்தோனேசியப் படையினரால் இரவோடிரவாக வெளியேற்றப்பட்டனர். இவர்கள் கம்பியால் அடைக்கப்பட்ட இராணுவவலையங்களுக்கு உட்பட்ட அகதி

முகாம்களில் அடைக்கப்பட்டனர்.தேச, வர்க்க விடுதலைக்காக போராடும் கெரில்லாக்கள் தமது மக்களிடையே கடலில் மீன்கள் வாழ்வதைப் போன்று செயற்படவேண்டும் என சீனப் புரட்சித் தலைவர் மாசேதுங் கூறுகிறார்.எனவே, தண்ணியை இறைத்துவிட்டால் அதில் வாழும் மீன்கள் இறந்து விடும்என்ற அமெரிக்க, பிரித்தானிய எதிர் கெரில்லா போரியல்கோட்பாட்டின் அடிப்படையிலேயே இவ்வகையான கொடூரமான நடவடிக்கைகளை இந்தோனேசிய இராணுவம் மேற்கொண்டது.இந்தோனேசியப் படைகளுக்கு அமெரிக்க, பிரித்தானிய மற்றும் அவுஸ்திரேலிய சிறப்புப் படைகள் நவீன எதிர் கெரில்லாப்போரியல் முறைகளில் தொடர் பயிற்சி வழங்கின என்பது இங்கு குறிப்பிடப்பட வேண்டிய விடயம்.கிழக்குத் தீமோர் மக்களிடையே காணப்பட்ட பல்வேறு வட்டார மற்றும் மொழி, மத பிரிவுகளையும் முரண்பாடுகளையும் இந்தோனேசிய இராணுவம் தனக்குச் சாதகமாகப் பயன்படுத்தி விடுதலைப்போராட்டத்திற்கு எதிரான பல மோசமான ஒட்டுப்படைகளையும் கைக்கூலிகளையும் உருவாக்கியது. இந்த ஒட்டுப்படைகள் தாம் விரும்பியபடி அட்டூழியங்களில் ஈடுபட்டன.

கிழக்குத் தீமோர் சமுகத்தில் காணப்பட்ட மேற்படி முரண்பாடுகளை இந்தோனேசிய இராணுவம் மிக நுட்பமாகப் பயன்படுத்தியதன் மூலம் அந்நாட்டின் சுயநிர்ணய உரிமை பற்றிய ஒருமித்த கருத்தை பிரேட்டிலின் அமைப்பு அரசியல் ரீதியாக கட்டியெழுப்ப விடாமல் பார்த்துக் கொண்டது. **(கிழக்குத் தீமோர் விடுதலைப் போராட்டத்தில் கத்தோலிக்கத் திருச்சபையைச் சேர்ந்த பலர் முக்கிய பங்காற்றினர் என்பதும் குறிப்பிடத்தக்கது).** கிழக்குத் தீமோரில் இந்தோனேசிய இராணுவம் 1975 ஆம் ஆண்டின் பின் செய்த மிக மோசமான படுகொலைகள், சித்திரவதைகள், பாலியல் வல்லுறவுகள் என்பது போன்ற அப்பட்டமான அடிப்படை மனித உரிமை மீறல்கள் பற்றி மேலைத்தேய ஊடகங்கள் அந்த நேரத்தில் கண்டு கொள்ளவில்லை.இதற்குக் காரணம் தென்கிழக்கு ஆசியாவில் அமெரிக்க ஏகாதிபத்திய எதிர்ப்புத் தேசிய விடுதலைப் போராட்டங்கள் பரவுவதை தடுப்பதற்கு

அக்காலகட்டத்தில் அமெரிக்காவிற்கு இருந்த மிக முக்கியமான கூட்டாளி நாடாக இந்தோனேசியா அமைந்திருந்ததே ஆகும். அத்துடன் மாக்சீய இயக்கமான கிழக்குத் தீமோர் விடுதலை இயக்கம் வெற்றி பெற்றால் அவுஸ்திரேலியாவின் பாதுகாப்புக்கு இன்றியமையாதென கருதப்பட்ட ஒரு கேந்திர முக்கியத்துவம் வாய்ந்த இடம் சோவியத் யூனியனின் கைக்குள் போய்விடும்.

எனவே கிழக்குத் தீமோரை இந்தோனேசியாவின் மிகக் கொடூரமான பிடிக்குள் வைத்திருப்பதையே அமெரிக்காவும் அதன் கூட்டு நாடான அவுஸ்திரேலியாவும் விரும்பின. இதன் காரணமாக கிழக்குத் தீமோர் விடுதலைப் போராட்டத்தையும் அந்தப் போராட்டத்தையொட்டி இந்தோனேசிய இராணுவம் அங்கு செய்த பயங்கரமான செயல்களையும் மேற்கத்திய ஊடகங்கள் கண்டு கொள்ளவில்லை.1985 ஆம் ஆண்டளவில் தீமோர் விடுதலை இயக்கம் தனது மாக்சீய நிலைப்பாட்டிலிருந்து விலகி முழுமையான தேசிய விடுதலைக்கோட்பாட்டினைக் கொண்ட ஒரு அமைப்பாகத் தன்னை இனங்காட்டிக்கொண்டது. இதன் மூலம் கிழக்குத் தீமோர் விடுதலை தொடர்பாக அவுஸ்திரேலியாவுக்கும் அதன் மேற்குலக கூட்டு நாடுகளுக்கும் இருந்த அச்சங்களை அகற்றலாமென அது எண்ணிற்று.1990 ஆம் ஆண்டில் சோவியத் யூனியன் வீழ்ச்சியடைந்ததோடு உலக அரசியல் நிலமைகள் முற்றாக மாறின.

சோவியத் யூனியன் தென் கிழக்காசியாவில் காலூ ன்றுவதைத் தடுத்திடுவதற்கான ஒரு தளமாக இந்தோனேசியா பேணப்படுவதற்கான தேவை அமெரிக்காவிற்கு இல்லாமல் போனது. அத்தோடு இந்தோனேசியாவின் அமெரிக்கச் சார்பு சர்வாதிகாரியான சுகார்த்தோவும் பதவி இறங்கவேண்டியதாயிற்று. இக்காலகட்டத்திலேயே கிழக்குத் தீமோர் விடுதலைப் போராட்டத்தைப் பற்றி மேலைத்தேய ஊடகங்கள் கவனமெடுக்கத் தொடங்கின. 1991 ஆம் ஆண்டு அங்கு ஓர் ஆர்ப்பாட்டத்தின்போது இந்தோனேசிய இராணுவம் செய்த படுகொலையொன்று

பெரியளவில் மேலைத்தேய ஊடகங்களில் பேசப்பட்டது. இந்நிலையில் 1993 ஆம் ஆண்டு கிழக்குத் தீமோர் விடுதலை இயக்கத் தலைவரை இந்தோனேசிய படைகள் கைது செய்து 20 வருட சிறைத் தண்டனை வழங்கின.1998 ஆம் ஆண்டு சுகார்த்தோவை அடுத்துப் பதவிக்கு வந்த இந்தோனேசிய ஜனாதிபதி கபீப கிழக்குத் தீமோரில் அதன் சுயநிர்ணய உரிமையை தீர்மானிப்பதற்கான ஒரு சர்வஜன வாக்கெடுப்பு நடத்தப்படலாம் என அறிவித்தார்.

இதன் பின்னணியில் அவுஸ்திரேலியா செயற்பட்டதாகக் கருத இடமுண்டு. அதாவது கிழக்குத் தீமோருக்கு வரையறுக்கப்பட்ட சுதந்திரத்தைக் கொடுத்து அந்நாட்டையும் அதன் கடலில் காணப்படும் எண்ணெய் வளங்களையும் நிரந்தரமாகவே தன் கைக்குள் வைத்துக் கொள்ளலாம் என அவுஸ்திரேலியா கருதியதாலேயே அது கிழக்குத் தீமோர் சுயநிர்ணய உரிமைக்கான வாக்கெடுப்பை நடத்த வேண்டுமென இந்தோனேசிய அரசின் மீது அழுத்தம் கொடுத்தது. அதாவது அமெரிக்க ஏகாதிபத்தியத்தின் கைப்பொம்மையாக இருந்த சுகாத்தோவின் வீழ்ச்சிக்குப் பிறகு பதவிக்கு வந்த அரசுகள் கிழக்குத் தீமோரின் வளங்களை அவுஸ்திரேலியா பயன்படுத்துவதற்கு முட்டுக்கட்டை போடலாம் என அவுஸ்திரேலியா பயந்ததும் இதற்கு முக்கிய காரணமாகும். 1999 ஆம் ஆண்டு மே மாதம் கிழக்குத் தீமோரின் சுயநிர்ணய உரிமையை வழங்குவது தொடர்பான ஒரு ஒப்பந்தத்தில் போர்த்துக்கலும் இந்தோனேசியாவும் கைச்சாத்திட்டன. அதன் அடிப்படையில் ஐக்கிய நாடுகள் சபை சர்வஜன வாக்கெடுப்பை நடத்தவேண்டுமெனக் கேட்டுக் கொள்ளப்பட்டது. இவ்வொப்பந்தத்தின் ஒரு முக்கிய அம்சமாக கிழக்குத் தீமோரின் இந்தோனேசிய இராணுவத்துடன் செயற்பட்டு வந்த ஒட்டுப்படைகள் அனைத்தும் வாக்கெடுப்புக்கு முன்னர் கட்டுப்படுத்தப்பட வேண்டும் எனவும் இணங்கப்பட்டது. எனினும் சர்வஜன வாக்கெடுப்பு நடத்த ஐக்கிய நாடுகள் சபை முற்பட்ட வேளையில் இந்தோனேசியப் படைகளின் உதவியோடு ஒட்டுப்படைகள் கிழக்குத் தீமோரில் பயங்கர அழிவு நடவடிக்கைகளில் இறங்கின.

இதனிடையிலும் வாக்கெடுப்பு நடத்தப்பட்டது. அதில் எண்பது சதவீதமான கிழக்குத் தீமோர் மக்கள் சுயநிர்ணய உரிமைக்கு வாக்களித்தனர். இதைத்தொடர்ந்து மேற்படி ஒட்டுப்படைகள் கொலை, கொள்ளை, கற்பழிப்பு, தீ வைப்பு நடவடிக்கைகளில் இறங்கியதால் ஒரு இலட்சத்திற்கு மேற்பட்ட மக்கள் இவ்வொட்டுப் படைகளால் படுகொலை செய்யப்பட்டனர். கிழக்குத் தீமோரின் தலைநகரமான டிலி நாசமாக்கப்பட்டது. ஐந்து இலட்சத்திற்கும் மேற்பட்ட மக்கள் அகதிகளாக்கப்பட்டனர். இந்த நிலைமைகளைக் கட்டுப்பாட்டில் கொண்டு வருவதற்காக 99 செப்ரெம்பர் மாதம் அவுஸ்திரேலியாவின் தலைமையில் ஐக்கிய நாடுகள் அமைதி காக்கும் படையொன்று கிழக்குத் தீமோரில் சென்று இறங்கியது. இதன் பின்னர் அங்கு ஒழுங்கு ஓரளவு நிலைநாட்டப்பட்டது. ஆனால் கிழக்குத் தீமோர் விடுதலைப் படை நடவடிக்கைகள் மீது கட்டுப்பாடுகள் விதிக்கப்பட்டன. அது ஆயுதங்களைக் களையவேண்டும் என்ற நிபந்தனையும் போடப்பட்டது. இதை அதன் சில தளபதிகள் எதிர்த்தபோதும் எதுவும் செய்ய முடியாது இருக்கின்றனர். 1999 ஆம் ஆண்டு அக்டோபர் மாதம் ஐக்கிய நாடுகள் சபையின் கீழ் கிழக்குத் தீமோருக்கான இடைக்கால நிருவாகமொன்று அமைக்கப்பட்டது.

2002 ஆம் ஆண்டு முதலாவது பொதுத் தேர்தல் நடத்தப்பட்டது. அதில் கிழக்குத் தீமோர் விடுதலை இயக்கத்தலைவர் சனானா குஸ்மாவோ ஜனாதிபதியாகத் தெரிவு செய்யப்பட்டார். தற்போது கிழக்குத் தீமோரின் எண்ணெய் வளங்களை தான் பயன்படுத்துவதற்கும் அந்நாட்டின் அரசியலையும் பாதுகாப்பையும் தன்கைக்குள் வைத்திருப்பதற்கும் அவுஸ்திரேலியா முயற்சி செய்து வருகின்றது.

15.08.2004

தமிழர் பிரச்சனையை சிங்கள தேசத்திற்கு விளக்க முனைவது பயனற்ற செயல்

கடந்த திங்கட்கிழமை கொழும்பில் ஒரு புத்தக வெளியீட்டுக்குச் சென்றேன். சிங்கள கடும் போக்காளர் எஸ். எல். குணசேகர புலிகளின் இடைக்கால தன்னாட்சி அதிகார சபை வரைவை கடுமையாகத் தாக்கி எழுதியுள்ள அந்நுலின் அறிமுக விழாவிற்கு சிங்கள தேசத்தின் ஆங்கிலம் பேசும் மேலாண்மையாளர்களில் பெரும்பாலானோர் வந்திருந்தனர். கூட்டம் முடிந்ததும் இவர்களுள் எனக்குத் தெரிந்த ஒருசிலருடன் நாட்டு நடப்புகளைப்பற்றி பேசிக்கொண்டிருந்தேன். அவர்கள் அங்கு மிகவும் உறுதியாக ஒரு கருத்தை என்னிடம் தெரிவித்தனர். கருணா சிறிலங்கா படையினரோடு இணைந்திருக்கும் வரை விடுதலைப் புலிகள் கடைசிவரை போருக்கு வரமாட்டார்கள் என அந்த சிங்கள பௌத்த மேலாண்மையாளர் அறுதியிட்டுக் கூறினார். இதன் காரணமாகவே சிறிலங்கா ஜனாதிபதி சந்திரிகாவும் அமைதிப் பேச்சுக்களை தொடங்காமல் இழுத்தடித்து வருகிறார் எனவும் அவர்கள் தெரிவித்தார்கள்.

இந்த விடயத்தை அடுத்தடுத்த நாட்களில் கொழும்பிலுள்ள அரசுக்கு நெருக்கமான சில விடயமறிந்தவர்களிடம் விசாரித்துப் பார்த்தேன். மட்டக்களப்பில் குழப்பங்களை ஏற்படுத்திக் கொண்டிருந்தால் அல்லது அங்கு ஒரு குழப்பமான சூழ்நிலை நிலவுவது போன்ற ஒரு மாயையை ஏற்படுத்தினால் புலிகளுடைய கவனம் எல்லாம் கிழக்கை சரிப்படுத்துவதிலேயே திசை திருப்பப்படும் எனவும், இதன் காரணமாக அவர்கள் மீண்டும் போரில் ஈடுபடுவதற்கான அரசியல் மற்றும் படைத் தயாரிப்பு வேலைகளில் ஈடுபடுவது

கடினமாக இருக்கும் எனவும் அரச தரப்பில் சிலர் இன்னும் நம்புகின்றனர் என்பது தெரியவந்தது. அதுமட்டுமன்றி மேற்படி சிங்கள மேலாண்மையாளர் என்னிடம் கூறிய கருத்தும் சந்திரிகா தரப்பில் உண்மையாகவே நிலவுகின்றது என்பதையும் அறியக்கூடியதாயிற்று.

சுருக்கமாகச் சொல்லப்போனால் தமிழ் மக்களுக்கு நியாயமான ஓர் அரசியல் தீர்வை வழங்கி இனமுரண்பாட்டை தீர்ப்பது தவிர்ந்த ஏனைய வழிமுறைகளையே சிங்கள தேசத்திலுள்ள பெரும்பான்மையானவர்கள் இன்னும் நாடுகின்றனர் என்பதையே மேற்படி விடயங்கள் தெளிவாகக் காட்டுகின்றன. நீதியான அரசியல் தீர்வொன்றைக் கொடுத்தால் தமிழ் மக்களுடைய சிக்கலுக்கும் போருக்கும் முடிவு காணலாம் என்பதை விடுத்து காலத்துக்குக் காலம் எமது உரிமைப் போரட்டத்தை ஒரேயடியாக முறியடிப்பதற்கான வழிவகைகளையே சிறிலங்கா ஆட்சியாளர்களும் சிங்கள மேலாண்மையாளரும் தேடி வந்துள்ளனர்.

கடந்த 15 வருடங்களாக சிங்கள ஊடகத்துறையோடும் தென்னிலங்கையின் கருத்தியலாளர் பலரோடும் பழகியதிலிருந்து இன்னொரு விடயத்தையும் நான் புரிந்துகொண்டிருக்கிறேன். தமிழர் பிரச்சினையைப் பொறுத்தவரையில் சிங்கள தேசம் தான் விரும்பியதையே கேட்க தயாராய் இருக்கின்றது என்பதே அந்த உண்மை. எனவேதான் புலிகளைத் தமிழ் மக்கள் ஒட்டு மொத்தமாக வெறுக்கிறார்கள், உட்பிரச்சினை காரணமாக புலிகளுக்கு அழிவு நெருங்கிக் கொண்டிருக்கிறது, புலிகளுக்கு வெளிநாட்டுத் தமிழர்களிடம் கடும் எதிர்ப்பு இருக்கிறது, புலிகள் தம்மைச் சுட்டுவிடுவார்கள் என்று அஞ்சியே தமிழ்ப் பத்திரிகையாளர்கள் போராட்டத்துக்கு ஆதரவாக எழுதுகிறார்கள் போன்ற கருத்துக்களையே சிங்கள மேலாண்மையாளர் - ஏன்? சிங்களப் பொதுமக்கள் கூட - கேட்க விரும்புகின்றார்கள். இதுபோன்ற கருத்துக்களைத் தெரிவிக்கின்ற, விரித்து விளக்குகின்ற தமிழ் எழுத்தாளர்களையே அவர்கள் தலைமேல் வைத்துக் கொண்டாடுகின்றார்கள்.

தமிழ் மக்களுடைய நியாயமான அரசியல் உரிமையை வழங்காமையாலேயே விடுதலைப் போர் நடைபெறுகிறது, எனவே அதை நிரந்தரமாக முடிவுக்குக் கொண்டுவர நியாயமான அரசியல் தீர்வொன்றை வழங்குவதைத் தவிர வேறு வழியில்லை என எழும் தமிழ் குரல்களை கேட்கச் சிங்கள தேசம் இன்றுவரை தயாராக இல்லை. அன்றிலிருந்து இன்றுவரை இந்த உண்மையை காண மறுத்து எமது உரிமைப் போரை நசுக்க அரசியல் தீர்வு தவிர்ந்த வேறு வழிவகைகளை கண்டுபிடிப்பதிலும் அவற்றில் பெருமுதலீடு செய்வதிலுமே சிங்கள தேசம் நாட்டம் காட்டி வருகின்றது. தென்னிலங்கையில் காணப்படும் இந்த அடிப்படை உளவியல் பாங்கை நாம் சரியாகப் புரிந்துகொள்ள வேண்டும். இல்லையெனில் சிங்கள தேசத்திற்கு எமது பிரச்சினையை நன்றாகப் புரிய வைப்பதற்கான முயற்சிகளை எடுத்தால் எல்லாம் சரிவந்துவிடும் என்ற மாயையை நம்பி நாம் மீண்டும் மீண்டும் மோசம் போய்க் கொண்டிருப்போம்.

சிங்கள தேசத்திற்கு எமது பிரச்சினையை விளக்க வேண்டும் என்ற ஒரு திட்டத்தில் புலிகள் இப்போது இறங்கியிருக்கிறார்கள். அவர்களுடைய நோக்கம் நல்லது. ஆனால் சரிவராது.

எமது பிரச்சினையைப் பொறுத்தவரையில் சிங்கள தேசம் தான் விரும்பியதை மட்டுமே கேட்கும். இதுவே உண்மை.

எமது போராட்டத்தை நசுக்க சிங்கள தேசம் காலத்துக்குக் காலம் நம்பிய அரசியல் தீர்வு அல்லாத மற்ற வழிவகைகள் சிலவற்றை முதலில் சுருக்கமாகப் பார்ப்போம். அதனடிப்படையில் இப்போது சிங்கள மேலாண்மையாளர் எமது பிரச்சினையை அணுகுவதற்கு கையாளும் அரசியல் தீர்வு தவிர்ந்த ஏனைய வழிவகைகளை புரிந்துகொள்வது முக்கியமானதாகும்.

எண்பதுகளில் தமிழர் தாயகத்தின் ஒருமைப்பாட்டை திட்டமிடப்பட்ட இராணுவக் குடியேற்றங்கள் மூலமாக படிப்படியாகச் சிதைத்து

விட்டால் எமது உரிமைப் போராட்டத்தை நசுக்கி விடலாம் என்ற நம்பிக்கையோடு சிங்கள மேலாண்மையாளர் பல வேலைத் திட்டங்களை நடைமுறைப்படுத்தினர். மணலாறு, மூதூர் தெற்கு, மட்டக்களப்பில் வடமுனை என சிறிலங்கா அரசும் படைகளுமாக இணைந்து பல சிங்களக் குடியேற்றங்களையும் அவற்றை ஒட்டிய இராணுவ நிலைகளையும் ஏற்படுத்தலாயினர். இந்தத் திட்டங்கள் பற்றிய பல முக்கியமான விபரங்களை கடும் சிங்களப் போக்காளரான மாலிங்க குணரட்ன குழச ய ளுழளநசநபைெ ளுவயவந என்ற நூலில் எழுதியுள்ளார். இதற்கடுத்ததாக தமிழகத்தில் எமது விடுதலை இயக்கங்களின் செயற்பாடுகளை வலுவிழக்கச் செய்துவிட்டால் அல்லது இல்லாதொழித்துவிட்டால் எமது உரிமைப் போராட்டத்துக்கு சாவு மணி அடித்துவிடலாம் என சிங்கள மேலாண்மையாளர்கள் திடமாக நம்பினர். இதுபற்றி கொழும்பிலிருந்து வரும் சிங்கள, ஆங்கில செய்தித்தாள்களில் அந்நேரத்தில் தொடர்ச்சியாக கட்டுரைகளும், ஆசிரியர் தலையங்கங்களும், கேலிச் சித்திரங்களும் வெளிவந்தவண்ணமிருந்தன. தமிழகத்தில் எமது உரிமைப் போராட்ட நடவடிக்கைகளை சீர்குலைப்பதற்காக சிறிலங்கா அரசு அப்போது பல திட்டங்களைத் தீட்டியது. இதற்கு அடித்தளமாக ஜேர்மனியில் சிறிலங்காவின் தூதுவராக இருந்த திஸ்ஸ ஜயக்கொடி சென்னைக்குக் அனுப்பப்பட்டார். இந்தியாவிற்குத் தூதுவராகவேண்டிய தகமையிலுள்ள ஒரு மூத்த வெளிநாட்டலுவல்கள் அதிகாரி ஏன் சென்னையிலுள்ள துணைத் தூதரகத்திற்கு பொறுப்பாக அனுப்பப்படுகின்றார் என்ற கேள்வி அன்று பலருக்கும் தோன்றிற்று. திஸ்ஸ ஜயக்கொடியின் புலனாய்வுப் பின்னணி பலருக்கும் அந்நேரத்தில் தெரிந்திருக்க வாய்ப்பிருக்கவில்லை.

தமிழீழ விடுதலை இயக்கங்களோடு இரகசியத் தொடர்புகளை ஏற்படுத்தி அதன் மூலம் இந்தியப் புலனாய்வுத் துறையினருக்கும் தமிழ்ப் போராளிகளுக்குமிடையில் சந்தேகத்தையும் முரண்பாட்டையும் துண்டிவிடுவதே ஜெயக்கொடியின் நோக்கமாக இருந்தது. இதுவிடயத்தில் அவர் ஓரிரு வெற்றிகளைக் கண்டார்.

அது மட்டுமன்றி அப்போது சென்னையில் தமிழீழ விடுதலை இயக்கங்களினுடைய செயற்பாடுகளை கண்காணிப்பதற்கு பொறுப்பாகவும் இந்தியாவின் வெளிநாட்டுப் புலனாய்வுத்துறையான றோவின் தென்பிராந்திய செயற்பாடுகளுக்கு தலைமை அதிகாரியாகவும் இருந்த உன்னிகிருஷ்ணனை கையாளும் வேலைக்காகவும் திஸ்ஸ ஜெயக்கொடி சென்னைக்கு அனுப்பப்பட்டார் என நம்பப்படுகிறது. **(உன்னிகிருஷ்ணன் அப்போது அமெரிக்க புலனாய்வு நிறுவனமான ஊஐயு இற்கு வேலை செய்து வந்ததும், 1985இல் அவர் கையும் களவுமாகப் பிடிபட்டதும் பலரும் அறிந்த செய்தி.)**

திஸ்ஸ ஜெயக்கொடி சென்னைவந்து தாஜ் கொரமண்டல் ஹோட்டலில் முகாமடித்து (இவர் தனது அதிகாரபூர்வ வாசஸ்தலத்தில் தங்கவில்லை என்பது குறிப்பிடத்தக்கது.) வேலை தொடங்கிய அதே காலப்பகுதியில் சிறிலங்கா தேசியப் புலனாய்வுத் துறை தமிழீழ விடுதலை இயக்கங்களுக்கு எதிராக தமிழக மக்கள், தமிழகக் காவல் துறையினர் ஆகியோரை திசைதிருப்பும் நோக்கில் ஒரு திட்டத்தை வகுத்தது. சென்னையில் சில முக்கியமான பகுதிகளில் குண்டுகளை வெடிக்கச் செய்து பழியை தமிழ் இயக்கங்களில் தலையில் போடுவதே அந்தத் திட்டமாகும். இதன் மூலம் தமிழ்நாட்டு மக்களும் காவல்துறையினரும் தமிழ் இயக்கங்களை வெறுத்து அவற்றை தமிழக மண்ணிலிருந்து துரத்திவிடுவார்கள். தமிழகத்தில் பின்தளம் இல்லாவிட்டால் எமது விடுதலை இயக்கங்களை சிறிலங்கா இராணுவம் மிகச் சுலபமாக நசுக்கி ஒழித்துவிடுமென அப்போதிருந்த ஐக்கிய தேசியக் கட்சித் தலைமையும் சிங்கள மேலாண்மையாளரும் திடமாக நம்பினர். இத்திட்டத்தை நடைமுறைப்படுத்த சிறிலங்கா தேசியப் புலனாய்வு அமைப்பில் அப்போது வேலை செய்துகொண்டிருந்த தமிழர் ஒருவர் சென்னைக்கு அனுப்பப்பட்டார். தமிழகத்தின் தலைநகரில் அவரது முயற்சியில் ஒருசில குண்டுகள் வெடித்தன. ஆனால் தமிழகக் காவல்துறையினர் அவரை கண்டுபிடித்து சிறையில் அடைத்துவிட்டனர். இந்த நபர் சிறைமீண்ட பின்னர்

மலையக அரசியலில் இறங்கி தன் சுயமுன்னேற்றத்திற்கு தற்போது ஆவன செய்துவருகிறார்.

இப்படியாக எமது உரிமைப் போராட்டத்தின் பின்தளத்தை தமிழகத்தில் சிதைப்பதற்கு சிங்கள அரசியல் தலைமைகள் எடுத்த முயற்சி தோல்வியில் முடிந்தது. எனினும் அவர்கள் இந்திய - இலங்கை ஒப்பந்தத்தின் பின்னர் தமிழகத்திலிருந்து இயக்கங்களை முற்றாக வெளியேற்றுமாறு நேரடியாகவே டெல்லியை அழுத்தி வந்தனர். இரண்டாம் ஈழப்போர் 1990ஆம் ஆண்டு தொடங்கியபோது தமிழ் நாட்டில் புலிகள் இயங்க முடியாவிட்டால் அவர்களால் ஓரிரு மாதங்களுக்கு மேல் போரிட முடியாது என சிறிலங்கா படைத்தளபதிகளும் பல சிங்கள மேலாண்மைக் கோட்பாட்டாளர்களும் திட்டவட்டமாக நம்பினர். இந்த அடிப்படையிலேயே டெல்லிக்கு அப்போது கொழும்பிலிருந்து பல கோரிக்கைகள் விடுக்கப்பட்டன. ரஜீவ் காந்தியினுடைய கொலையின் பின்னர் புலிகள் தமிழகத்திலோ இந்தியாவிலோ இனிக் கால் பதிக்கவே முடியாது என்ற நிலை தோன்றிய போது தமிழரின் உரிமைப்போரை நசுக்கி முற்றாக வென்றுவிட்டதைப் போன்ற உணர்வில் சிங்கள மேலாண்மையாளர்களும் சிறிலங்காப் படை அதிகாரிகளும் அன்று பேசியவற்றையும் எழுதியவற்றையும் பலர் மறந்துவிட்டார்கள். ஆனால் தமிழகத்திலிருந்து முற்றாக வெளியேறிய பின்னரே புலிகள் மரபுவழிப் படைவலுவைப் பெற்றனர் என்ற உண்மையை எதிர்கொள்ள வேண்டி வந்தபோது தமிழருடைய உரிமைப் போரை நசுக்குவதற்கு சிங்கள மேலாண்மையாளர் நம்பியிருந்த இரண்டாவது வழியும் அர்த்தமற்றுப் போனது.

இந்தவேளையில் சோர்ந்திருந்தவர்களுக்கு மாத்தையாவின் வடிவில் ஒரு புதுவழி திறந்தது. 1993ஆம் ஆண்டு இந்தப் பிரச்சினை தென்னிலங்கையில் பெரிதாக அடிபட்டுக் கொண்டிருந்தபோது எனக்குத் தெரிந்த ஒரு முக்கியமான சிறிலங்கா அரச திட்டமிடலாளர் ஒருவர் ஆணித்தரமாக ஒரு கருத்தை என்னிடம் தெரிவித்தார்.

"புலிகளில் இரண்டாவது தலைமைப் பதவியை வகிப்பவர் மாத்தையா. இந்தியா செல்லாமல் நீண்டகாலம் களத்திலே நின்று வேலை செய்தவர். இவருடைய பிரச்சினை காரணமாக புலிகள் இயக்கம் விரைவில் சிதைந்து போவது எந்தவகையிலும் தவிர்க்கமுடியாதது" என்பதே அவரது கூற்று. இதுபற்றி நான் தெரிவித்த மாற்றுக் கருத்துக்களை அவர் செவிமடுக்கவில்லை. மாறாக தனது கூற்றையே வலியுறுத்திக் கொண்டிருந்தார். "இதில் நான் உங்களோடு வாதிடவில்லை. இன்னும் ஒருசில மாதங்களில் புலிகளின் மாவீரர் நாள் வருகிறது. அதையொட்டி அவர்கள் ஏதாவது தாக்குதலில் ஈடுபடுவார்கள். அது சிறியளவில் இருந்தாலோ அல்லது நடக்காவிட்டாலோ நீங்கள் கூறுவது சரி என நான் ஏற்றுக் கொள்கிறேன். ஆனால் பெரியளவில் ஏதாவது நடந்துவிட்டால் நான் கூறுவது சரி என்பதை நீங்கள் உணர்ந்து கொள்ள வேண்டும்" என நான் அவரிடம் கூறிச் சென்றேன். புலிகளின் ப10நகரித் தாக்குதலின் பின்னர் அவரை ஓரிரு முறை நான் சந்தித்தபோதும் அவர் மாத்தையா என்ற பேச்சை எடுக்கவேயில்லை. சிங்கள ஊடகங்களும் சிங்கள மேலாண்மையாளர்களும் அவருடைய கருத்தையே அன்று கொண்டிருந்தார்கள் என்பதை நான் இங்கு குறிப்பிடவேண்டும்.

இதன் பின்னர் யாழ்ப்பாணத்தை சிறிலங்காப் படைகள் கைப்பற்றியபோது தமிழரின் உரிமைப் போராட்டத்தை இனி ஒரேயடியாக நசுக்கிவிடலாம் என சிங்கள தேசத்தில் சீன வெடி கொளுத்திக் கொண்டாடினார்கள். "எதிரியின் படைகளையும் படைத் தளபாடங்களையும் குறிப்பிடத்தக்களவில் அழிப்பதையே வெற்றியென போரியலாளர் வரைவிலக்கணப்படுத்துகின்றனர் எனவும் அந்த அளவுகோலின்படி பார்க்கையில் யாழ்ப்பாணத்தைப் பிடித்தது புலிகளை வெற்றிகொண்டதற்குச் சமனாகாது. ஏனெனில் அவர்கள் தமது படைகளையும் போர்த் தளபாடங்களையும் அதிக சேதமில்லாமல் வன்னிக்குக் கொண்டு சென்று விட்டார்கள்" என அந்தவேளையில் ளுரனெயல வுஐஅநள பத்திரிகையில் விரிவாக எழுதியிருந்தேன். சிங்கள தேசம் அதைக் கண்டுகொள்ளவில்லை.

புலிகளின் அழிவைப் பற்றியே தெற்கில் எல்லோரும் அப்போது பேசிக் கொண்டார்கள். ஆனால் முல்லைத்தீவு படைத்தளத்திற்கு விழுந்த அடியோடு அவர்களுடைய நம்பிக்கையில் மீண்டும் மண் விழுந்தது. 1999வரை ஜெயசிக்குரு நடவடிக்கையின் வெற்றியை மலையென நம்பியிருந்தது சிங்கள தேசம். அந்த நம்பிக்கையும் ஆனையிறவின் வீழ்ச்சியோடு வீணாகியது.

பின்னர் கருணாவைப் பிடித்தார்கள்; கொண்டாடினார்கள். இப்போது வெளிநாட்டுப் படை ஏதாவது வருமென்று கனவு காண்கிறார்கள். எமக்கு ஓர் நியாயமான அரசியல் தீர்வை வழங்குவதைப் பற்றி மட்டும் நினைக்கவே அவர்கள் மறுக்கிறார்கள், மறுத்துக்கொண்டே இருப்பார்கள்.

03.10.2004

தமிழர் போராட்டமும் பெருஞ் செஞ்சீனமும்

1979 ஆம் ஆண்டு இலங்கைக்கான சீனத் தூதுவர் தமிழீழம் உருவாகினால் அவருடைய நாடு அதை எவ்வாறு நோக்கும் என்பது பற்றி சென்ற வாரம் பேராசிரியர் வில்சனிடம் சொன்னதைப் பற்றி எழுதியிருந்தேன். தமிழீழம் ஒரு ரஷ்யச் சார்பு சோசலிச நாடாக இருக்கும் என அவர் கூறியதற்கு வட்டுக் கோட்டைத் தீர்மானத்தில் தமிழீழக் குடியரசின் பொருளாதாரம், சமூகம் என்பன எவ்வாறு அமைய வேண்டுமெனக் கூறப்பட்ட விடயங்கள் ஒரு முக்கியமான காரணமாயிருக்கலாம் எனக் கருதிட இடமுண்டு.

தமிழீழம் என்ற தனிநாடு சீனாவோடு அன்று முரண்பட்டு நின்ற சோவியத் யூனியனுக்குச் சார்பாக இருக்கும் என்ற அவரது கருதுகோளுக்கும் அதன் காரணமாக எண்ணெய் உற்பத்தி செய்யும் வளைகுடா நாடுகள் தனக்குச் சாதகமான ஆபிரிக்க நாடுகள் என்பவற்றுடனான சீனாவின் தொடர்பு பாதிக்கப்படும் என அவர் கூறியதன் உட்கிடை என்ன? அன்றைய காலகட்டத்தில் ரோவியத் யூனியனும் இந்தியாவும் நெருங்கிய பாதுகாப்பு மற்றும் பொருளாதார உறவுகளைக் கொண்டிருந்தன. அவையிரண்டும் சீனாவுடன் முரண்பட்டிருந்தன. இவ்வாறான ஒரு சூழலில் தமிழீழம் ஒரு தனிநாடாக உருவானால் அது தன்னை பாதிக்கும் என சீனா கருதியதில் ஒரு முக்கிய உண்மை வெளிப்படுகிறது. அது என்ன என்பதைப் பார்ப்போம்.

சீனாவின் பெரும் பொருளாதாரம் மிகத் துரிதமாக வளர்ந்து நவீனமயமாகி வருகின்றது. இந்தப் பொருளாதாரம் தங்கு தடையின்றி இயங்குவதற்கு எண்ணெய் மற்றும் நிலவாயு என்பன

இன்றியமையாதனவாகும். சீனாவின் பொருளாதாரம் இயங்குவதற்குத் தேவையான மொத்த எரிபொருளின் 60சதவீதம் இலங்கையின் வடக்கு கிழக்கை அண்டிச் செல்லும் கடற்பாதைகள் வழியாகவே போகிறது. இக்கடற்பாதைகள் இலங்கைக்கு அடுத்த படியாக இந்தியாவின் கட்டுப்பாட்டில் இருக்கும் அந்தமான் நிக்கோபாத் தீவுகளைத் தழுவி குறுகலான மலாக்கா நீரிணை ஊடாக தென் சீனக் கடலை அடைகின்றன. சோவியத் யூனியனுக்கு சார்பான நாடாக தமிழீழம் உருவாகிற்று என வைத்துக் கொள்வோம்.

சீனாவிற்கு இந்தியாவுடனோ சோவியத் யூனியனுடனோ அன்று ஒரு பெரும் முறுகல் நிலை தோன்றியிருந்தால் இலங்கையின் வடக்கு கிழக்கை அண்டி மலாக்கா நீரிணையூடாகச் செல்லும் கடற்பாதையை சீனா பயன்படுத்த முடியாதபடிக்கு தமிழீழ அரசின் கடற் செயற்பாடுகள் தவிர்க்க முடியாதபடி அமைந்து விடலாம். வளைகுடா நாடுகளுடனும் தனக்குச் சாதகமான அபிவிருத்தி நாடுகளுடனுமான தனது தொடர்புகளை குறிப்பாக எரிபொருள் வரவை இது பெரும் பாதிப்புக்குள்ளாக்கலாம் என்பதே சீனத் தூதுவர் அன்று பேராசிரியர் வில்சனிடம் தெரிவித்த கருத்தின் உட்கிடையாகும்.

அதாவது தனது பொருளாதார இருப்பு, தனது பாதுகாப்பு என்பவற்றிற்கு அடிப்படையாக சீனா போடும் கணக்கில் தமிழர் தாயகத்தின் எதிர்காலமும் இன்றியமையாதவாறு அடங்குகிறது என்பதை நாங்கள் அவருடைய கூற்றிலிருந்து மட்டுமல்ல கடந்த பத்தாண்டு காலத்தில் இது மகாகடலிலும் அதை அண்டிய கேந்திர முக்கியமான இடங்களிலும் நடைபெற்று வரும் மாற்றங்களையும் அவற்றில் சீனாவின் பங்கையும் அவதானித்தோமேயானால் நன்கு புரியும்.

சீனா ஆசியாவின் மிகப்பெரிய நாடு. தன்னுடைய பொருளாதார மேம்பாட்டிற்கும் எரிபொருட் பாதுகாப்பிற்கும்

போர்வலு மேலாண்மைக்கும் அடிப்படையாக அது கொள்கின்ற விடயங்களில் வங்காள விரிகுடாவும், அரபிக் கடலும் முக்கயமானவையாகும். ஆசியக்கண்டத்தின் கடல் இந்துமா கடலாகும். எனவே ஆசியாவின் முதன்மை வல்லரசாக விரும்பும் எந்தவொரு நாடும் அதன் மீது ஆதிக்கம் செலுத்த விரும்புவது இயற்கை.

ஆனால் ஆசியாவின் மிகப் பெரிய நாடாக சீனா இருந்த போதும் அதற்கு இந்து சமுத்திரத்தின் நேரடி புவியியற் தொடர்பு இல்லை. நாம் மேற்குறிப்பிட்டது போல் இக்கடற்பிராந்தியத்தில் குறிப்பாக அரபிக் கடல், வங்காள விரிகுடா என்பவற்றில் உள்ள கடற்பாதைகள் சீனாவின் பொருளாதாரத்திற்கும், பாதுகாப்பிற்கும், அதன் ஆசிய மேலாண்மைக்கும் குன்றியமையாதனவாக உள்ளன. இந்தச் சிக்கலை சீனா இரண்டு வழிகளில் அணுகுகின்றது. ஒன்று தனக்கும் இந்து மாகடலுக்கும் இடையில் புவியியற் தொடர்ச்சியாக அமைந்துள்ள பாகிஸ்தான் மற்றும் மியன்மார் ஆகிய நாடுகளுடன் நீண்ட காலமாக மிக இறுக்கமான தொடர்பு-களை வளர்த்தெடுத்துள்ளது.

இதில் பாகிஸ்தான் அரபிக் கடலுக்கும், மியன்மார் வங்காள விரிகுடாவிற்கும் சீனாவிற்கு வழி சமைக்க உதவியுள்ளன. அரபிக்கடலை தரை வழியாக மிக விரைவாக அடைந்திடக் கூடிய வகையில் தனது எல்லையில் இருந்து பாகிஸ்தானின் முக்கிய அரபிக் கடல் துறைமுகப் பட்டணமான கராச்சி வரை ஒரு நெடுஞ்சாலையை சீனா உருவாக்கியுள்ளது. (**கராக்கோரம் நெடுஞ்சாலை**) மியன்மார் நாட்டின் இராணுவ ஆட்சியாளர் சீனச் சார்பாளராக உள்ளமையினால் வங்காள விரிகுடாவிற்கான தொடர்பும் சிக்கலில்லாமல் உள்ளது. இது மட்டுமின்றி மியன்மாரின் தென்மேற்கு கரையிலும் அதையண்டிய அந்தமான் தீவுக்கு வடக்காக உள்ள பெருங்கொக்கோ தீவிலும் **(Grater Cocos Island)** கடற் கண்காணிப்புக்கான தளங்களை சீனா கட்டியுள்ளது.

அடுத்ததாக மத்திய கிழக்கு நாடுகளிலிருந்தும் வட ஆபிரிக்காவின் இயற்கை வளங்கள் உற்பத்தியாகும் நாடுகளிலிருந்தும் தனக்குத் தோவையானவற்றை கொண்டு வருவதற்கு இன்றியமையாத கடற்பாதைகளைப் பேணிடவும் சீனா நீண்ட காலமாக முயற்சி எடுத்து வருகிறது. இதில் குறிப்பிட்டளவு வெற்றியும் கண்டுள்ளது. இதில் தான் இலங்கையும் அதன் இனப் பிரச்சினையும் சீனாவின் பெரும்பாகத் திட்டமிடல் (**Strategic Planing**) முதன்மை பெறுகின்றன. ஈராக் குவைத் ஆகியவற்றின் கரையோரத்திலிருந்து பாரசீக வளை குடாவினூடாகவும் அதனுடைய குறு நீரிணையான கோமூர்ஸ் நீரிணையூடாகவும் **(Hormuz Strait)** அரபிக் கடல், மன்னர் வளைகுடா இலங்கையின் கிழக்கு கடற்கரை என்பவற்றின் வழியாகவும் அந்தமான் நிக்கோபார் தீவுகளைத் தழுவி மலாக்கா நீரிணையூடாக தென் சீனக்கடலை சென்றடையும் பாதை மீது தனது ஆதிக்கத்தை வளர்த்தெடுக்க சீனா நீண்ட காலமாக முயற்சி எடுத்து வருகிறது.

மேற்படி கடற்பாதையில் தனது கப்பல்களின் பாதுகாப்பை எந்த நேரத்திலும் உறுதிப்படுத்துவதற்கும் அப்பாதையின் மீது மறைமுகமான மேலாதிக்கத்தை செலுத்துவதற்கும் சீனாவிற்கு நான்கு இடங்கள் முக்கியமானவை. அவற்றில் முதலாவது கோமுர்ஸ் நீரிணை. இதன் ஒரு முனையில் அமைந்துள்ளது ஈரானின் பண்டர் அப்பாஸ் துறைமுகம். இங்கு சீனா ஈரானுடன் கூட்டாக ஒரு பெரும் கடற்படைத்தளத்தை நிறுவி வருகிறது. அத்துடன் அந்நாட்டுடன் நெருக்கமான படைத்துறை உறவுகளை குறிப்பாக கடற்படை விடயங்களில் சீனா பல ஆண்டுகளாக வளர்த்தெடுத்துள்ளது. அடுத்தது குவாடார் முனை. பாரசீக வளைகுடாவிலிருந்து வரும் மேற்படி கடற்பாதை அரபிக் கடலை சந்திக்கும் இடத்தில் இம்முனை பாகிஸ்தானின் தென் கரையோரம் அமைந்துள்ளது. இங்குள்ள பழைய துறைமுகத்தை திருத்தி பாகிஸ்தானுடன் கூட்டாக ஒரு கடற்படைத்தளத்தை சீனா நிறுவி வருகிறது. இது பற்றி அமெரிக்காவும் அதன் கூட்டு நாடுகளும் விமர்சிக்க தலைப்பட்ட போது குவாடார் துறைமுகப்

போரியல் நோக்கில் விரிவாக்கப்பட வில்லை என சீனா கூறிற்று.

எனினும் அதை கவனமாக நோக்கும் போரியல் ஆய்வாளர்கள் குவாடார் ஒரு பெரும் கடற்படைத் தளமாக இயங்கக் கூடிய வகையிலேயே வடிவமைக்கப்பட்டு வருகிறது எனக் கூறுவர். பாகிஸ்தானுக்கும் சீனாவிற்கும் மிக நீண்ட காலமாக இருந்த உறவும் அது எங்ஙனம் அமெரிக்காவிற்கும் சீனாவிற்கும் இடையில் உறவுப்பாலம் ஏற்படுத்திட உதவிற்று என்பது போன்ற விடயங்கள் யாவரும் அறிந்தவையே என்பதால் இங்கு விரிவஞ்சி விடுகின்றேன். குவாடாருக்கு அடுத்தது இலங்கை வன்னியின் மேற்குக் கரையோரம் அமைந்துள்ள மன்னார் வளைகுடாவும் கிழக்கு கடற்கரையை அண்டிய வங்காள விரிகுடாப் பிராந்தியமும் சீனா மேலாதிக்கம் செலுத்த முயலுகின்ற கடற்பாதைக்கு இன்றியமையாதவை.

இது விடயத்திலும் தமது பெரும்பாகப் பொருளாதார மற்றும் போரியற் திட்டமிடலுக்கும் இலங்கை எந்தளவிற்கு முக்கியமென்பதை நீண்ட காலத்திற்கு முன்பே சீனா உணர்ந்து கவனமாகச் செயல்பட்டு வந்துள்ளது. சீனாவின் மிகத் தொலை நோக்குள்ள செயற்பாட்டிற்கு ஒன்றை உதாரணமாகக் கூறலாம். 1960 ஆம் ஆண்டிலிருந்து இலங்கையின் ராஜதந்திரிகளாக வேலை பார்ப்பதற்கென சில இளையவர்களைத் தெரிவு செய்து பேராதனைப் பல்கலைக்கழகத்தில் சிங்கள மொழியில் படிக்க சீனா அனுப்பியது. இப்போதுள்ள இலங்கைக்கான தூதுவர் இவ்வாறு சிங்கள மொழி பயின்றவரே. இது மட்டுமின்றி சிறிலங்கா சுதந்திரக்கட்சியுடன் மிக இறுக்கமான உறவுகளையும் வளர்த்தெடுத்தது.

சிங்கள ஆட்சியாளருக்கு இந்தியாவின் மேலாதிக்க நோக்கங்கள் தொடர்பாக இருந்த அச்சங்களை சீனா தனக்குச் சாதகமாக பயன்படுத்த தவறவில்லை. 1970 களில் ஆரம்பத்தில் ஸ்ரீலங்கா சுதந்திரக்கட்சி பதவியில் இருந்த காலத்திலிருந்து இரண்டு முக்கியமான விடயங்களில் சீனா நீண்ட கால முதலீட்டை

செய்யலாயிற்று. ஒன்று ஸ்ரீலங்காவின் கடற்படை, இரண்டு ஸ்ரீலங்காவின் எரிபொருள் துறை. இக்காலகட்டத்திலிருந்து ஸ்ரீலங்கா கடற்படையினருக்கும் சீனாவிற்கும் இடையில் இன்றியமையாதபடி நெருங்கிய உறவுகள் உருவாகியமை அனைவரும் அறிந்ததே.

1987 ஆம் ஆண்டில் இலங்கையினுடைய துறைமுகங்கள் எவையும் திருகோணமலையிலுள்ள எரிபொருள் குதங்களும் இந்தியாவின் அனுமதியின்றி பயன்படுத்தபட முடியாது என டில்லியுடன் ஜே.ஆர். அரசு ஒப்பந்தம் செய்து கொண்டதால் சீனாவின் பல நோக்கங்கள் தடைப்பட்டன. இந்தியா மேற்படி ஒப்பந்தத்தை ஏற்படுத்தியதற்கு அமெரிக்கா மட்டுமல்ல சீனாவின் இலங்கை மீதான அக்கறையும் ஒரு காரணமெனக் கூறப்படுகின்றது.

குவாடார் முனைக்கு அடுத்ததாக முக்கியமாக அமைந்த இடமான இலங்கையின் கடல் எல்லையில் செல்வாக்கை உருவாக்க வேண்டிய தேவையும் இங்கு எரிபொருளை பெரியளவில் திரட்டி வைக்க வேண்டிய தேவையும் தனது கடற்பாதையை பேணுவதற்கு சீனாவிற்கு அவசியமாயிற்று. இந்த வகையில் இரண்டாயிரம் ஆண்டு மே மாதமளவில் கொழும்புக்கு வடக்காகவுள்ள முத்துராஜவெல பகுதியில் திருகோணமலையில் உள்ளதைப் போன்ற 33 குதங்களைக் கொண்ட ஒரு எண்ணெய் களஞ்சியத்தையும் அதை கடலில் நின்றவாறே கப்பல் பயன்படுத்தக் கூடிய ஒரு தளத்தையும் கட்டுவதற்கான ஒப்பந்தமொன்றை சந்திரிக்கா அரசுடன் சீனா செய்து கொண்டது.

திருகோணமலை களஞ்சியங்களுக்கு மாற்றீடாகவே இதை சீனா உருவாக்க முனைந்தது. வளை குடாவிற்கும் மலாக்கா நீரிணைக்கும் இடையில் செல்லும் கடற் பாதையின் சரி நடுவில் இலங்கை இருப்பதால் இங்கு எரிபொருள் களஞ்சியப்படுத்தல் சீனாவிற்கு இன்றியமையாத தேவையாகும். இந்து மகா கடலின் இலங்கையின் இந்த நடு நாயகமான அமைவை கருத்திற்கொண்டே பிரித்தானிய பேரரசு திருமலையில் எண்ணெய் குதங்களை

அமைத்தது என்பதை இங்கே நாம் கவனிக்க வேண்டும். எனினும் சீனாவின் இந்த கேந்திர முன்னெடுப்புக்களை தடுப்பதற்கு இவை யாவும் முயற்சிகளை எடுக்கலாயிற்று. இந்த எண்ணெய் நிறுவனம் இங்கு பெரியளவு அண்மையில் காலூன்றியமைக்கு சீனாவின் நடவடிக்கைகளும் காரணம் என நம்பப்படுகிறது.

தனது கடற்பாதை பாதுகாப்புக்கும் எரிபொருள் சேமிப்பு முயற்சிகளை இலங்கையில் இந்தியா தொடர்ந்து குந்தகம் விளைவிக்கும் நிலை தொலைவில் தென்படத் தொடங்கிய காலத்திலிருந்து சீனா இந்தியாவுடன் எவ்வித ஒப்பந்த கடப்பாடுமற்ற மாலைதீவு அரசுடன் நெருக்கமான இராணுவ உறவுகளை எடுத்தலாயிற்று இதன் உச்ச கட்டமாக 2001 ஆம் ஆண்டு மே மாதமளவில் சீன அதிபர் மாலைதீவுக்கு சென்ற வேளையில் அந்நாட்டின் மரோ என்ற தீவில் தளம் அமைப்பதற்கான ஒப்பந்தத்தை சீனா செய்து கொண்டது. இதன்பின்னரும் இலங்கை மீதான சீனாவின் அக்கறை குறைந்து விட்டது என நாம் கூற முடியாது.

மாலைதீவில் தளம் இருந்தாலும் இலங்கையிலும் அதையண்டிய கடல் பரப்பில் தனது நலன்களுக்கு சாதகமற்ற சக்திகள் தலையெடுத்ததால் அது தனது கடற்பாதை பாதுகாப்பிற்கு குந்தகமாக அமையுமென சீனா கருதுகிறது.

இதில் முக்கியமாக இலங்கையை தான் மலாக்கா நீரிணைக்குள் செல்கின்ற நுழைவாயிலில் இந்தியா செலுத்தி வருகிற ஆதிக்கமும் இலங்கை தொடர்பான அக்கறையினை சீனாவுக்கு ஏற்படுத்துகின்றது.

06.07.2003

சர்வதேச காப்பு வலை ஒரு போரியல் வலை

புலிகள் டோக்கியோ மாநாட்டிற்குப் போயிருந்தால் அது தமிழரின் நியாயமான அரசியல் எதிர்பார்ப்புகளுக்கு சிறீலங்கா அரசு நல்லதோர் தீர்வைக் கையில் வைத்துக் கொண்டிருக்கிறது என்ற பொய்மையைமேலும் வலுவாகப் பரப்புவதற்கு பிரதமர் ரணில் விக்கிரமசிங்கவிற்கும் அவரது சகபாடிகளுக்கும் நல்லதோர் வாய்ப்பாக அமைந்திருக்கும். எந்தவொரு தீர்வையும் தந்திட சிறிலங்கா அரசு தயாரில்லை. மாறாக பலஸ்தீன மக்களை ஒரு சர்வதேச கெடுபிடிக்குள் மாட்டி வைப்பதற்கும் அதன்மூலம் அந்த மக்களின் போராட்டத்தை அழித்தொழிப்பதற்கு நோர்வேயின் உதவ-ியோடு நடைபெற்ற அமைதிப் பேச்சுக்களை எவ்வாறு இஸ்ரேல் பயன்படுத்தியதோ அதே பாணியில் ரணில் விக்கிரமசிங்க தனது அரசு வேலை பார்க்கிறது என்ற உண்மை அம்பலமாவதற்கு மேலும் பல மாதங்களாகியிருக்கும்.

புலிகள் ஜப்பான் போகாததால் அவர்களை மீண்டும் வழிக்கு கொண்டு வந்திடவே முன்னர் சொல்லப்பட்டதை விட கூடுதல் நிதி வழங்குவதற்கு உறுதியளிக்கப்பட்டது என்பதையும் புஷ் நிர்வாகத்தின் நோக்கம் அரசியல் மற்றும் நிதி வழிப்பட்ட அழுத்தங்களின் ஊடாக வன்முறையை புலிகள் அரசியல் கருவியாகப் பயன்படுத்துவதை ஒரேயடியாக முடிவுக்கு கொண்டு வருவதேயாகும் என அமெரிக்க துணை வெளிநாட்டலுவல்கள் அமைச்சர் ஆர்மிரேஜ் வுடீளு-வுஏ தொலைக்காட்சிக்கு கூறியுள்ளதையும் நாம் கவனிக்க வேண்டும்.

மேற்படி நிதி வழிபட்ட அழுத்தம் என அர்மிரேஜ் குறிப்பிடுவது உண்மையில் நமது நியாயமான உரிமைகளை விட்டுக் கொடுத்து சிறிலங்காவின் சிங்கள மேலாண்மை அரசியல் யாப்பிற்குள் முடங்கிப் போவதற்கான கையூட்டே **(இலஞ்சம்)** ஆகும். நோர்வேயின் உதவியோடு இப்படித்தான் அமெரிக்காவும் இஸ்ரேலும் பாலஸ்தீன விடுதலை இயக்கத்தலைவர் அரபாத்தை மடக்கின. **(அதன் கொடூரமான விளைவுகள் என்ன என்பதை நீங்கள் நாளாந்தம் செய்தியேடுகளில் காண்கிறீர்கள்)** புலிகள் குறிப்பிட்ட காலத்திற்குள் பேச்சு வார்த்தைக்குத் திரும்பாவிட்டால் ஜப்பானில் உறுதியளிக்கப்பட்ட தொகையில் 80 விழுக்காட்டிற்கு மேல் சிறிலங்காவிற்கு வந்து சேராது என்பதையும் இதன் காரணமாக பிரதமர் ரணில் விக்கிரமசிங்கவிற்கு தமது சர்வதேச காப்பு வலையை மேலும் தமிழரின் குரல் வளையைச் சுற்றி இறுக்க முடியாது போகும் என்பதையும் நாம் கவனிக்க வேண்டும்.

பொருளாதார ரீதியாக கவிழும் நிலையிலிருந்த சிறிலங்கா அரசை நிமிர வைக்க புலிகளின் ஒரு தலைப்பட்சமான போர் நிறுத்த அறிவிப்பே உதவியது எனவும் பேச்சுவார்த்தைக்கு ஒரு உறுதியான அடித்தளத்தை வழங்கும் வகையில் புலிகள் உள்ளக சுய நிர்ணய உரிமையையும் ஒஸ்லோ பிரகடனத்தின் மூலம் சமஷ்டியாட்சி முறையையும் ஏற்றுக் கொண்டனர் எனவும் ஆனால் பிரதமர் ரணில் இதற்கு கைமாறாக சரியான அரசியல் நடவடிக்கைகளை எடுத்து அவர்களின் நம்பிக்கையை வென்றெடுப்பதை விடுத்து சர்வதேச வலையொன்றை விரிப்பதிலேயே கவனமாக இருக்கிறார். இது அமைதிக்கு நல்லதல்ல என அரசியல் விஞ்ஞான பேராசிரியரும் சிங்கள தேசத்தின் நன்கறியப்பட்ட கருத்தாளர்களில் ஒருவருமான பேராசிரியர் ஜயதேவ உயங்கொட அண்மையில் எழுதியிருந்தார்.

உண்மை இப்படியாக இருக்க சில புலித்தலைவர்கள் ஏன் பிரதமர் ரணில் நல்லவர், நம்பிக்கையானவர் எனக் கூறத் தலைப்பட்டனர் எனவும் அவர் ஒரு நியாயமான கேள்வியையும் எழுப்புகிறார். இந்நிலையில் நமது நியாயமான அரசியல் உரிமைகளையும்

எதிர்பார்ப்புக்களையும் சிதையடையாமல் பார்த்துக் கொள்வதற்கு போரால் அழிந்து கிடக்கும் நமது தாயகத்தை மீளக் குடியெழுப்புவதற்கும் இப்பேச்சு வார்த்தைகளின் சில அடிப்படைகள் திட்டவட்டமாக மறுசீரமைக்கப்பட வேண்டும். அத்துடன் எந்த நோர்வேயூடாக பிரதமர் ரணிலும், மிலிந்த மொறகொடவும் அமெரிக்காவும் எமது நியாயமான அரசியல் பொருளாதார எதிர்பார்ப்புக்களை முடக்கிப் போடுவதற்கான வலையை எம்மைச்சுற்றி இறுக்கி வருகிறார்களோ அதே நோர்வேயிடம் தனது இடையீட்டுப் பணியை இனியும் தொடர்வதாயின் அது மேற்படி வலைச்சுற்றலை செய்வதற்கான மறைமுகத் தரகர் வேலையை முற்றாக கைவிடும் படி வலியுறுத்தப்பட வேண்டும். இனி சிறிலங்கா பிரதமர் ரணில் விரித்துள்ள சர்வதேச காப்பு வலை என்பது என்ன என்பதையும்அது ஏன் அவருக்கு இன்றியமையாத படி தேவைப்படுகிறது என்பதையும் பார்ப்போம்.

தத்தமது நலன்களை இலங்கையில் வளர்த்தெடுப்பதற்கு இந்தியாவிற்கும் அமெரிக்காவிற்கும் ஜப்பானுக்கும் இங்கு போர் தற்காலிகமாக வேணும் ஓய வேண்டும் என்ற தேவை கடந்த பல ஆண்டுகளாக மிக வெளிப்படையாக இருந்து வருகிறது.

அமெரிக்காவிற்கு இங்கு தளம் அமைப்பதற்கு வாய்ப்பாக ஒப்பந்தம் கைச்சாத்திடுவதும் இந்தியாவிற்கு தனது மூலதனப்பரம்பலை விரிவாக்குவதோடு இலங்கையை தன் நலனுக்குக் குந்தமாக வேறு நாடுகள் பயன்படுத்தக்கூடாது என்பதும் ஜப்பானுக்குத் தன் மூலதனத்தினதும் பிராந்திய அரசியல் செல்வாக்கினதும் ஒரு முக்கிய தளமாக இலங்கையை மாற்றிட வேண்டும் என்பதும் குறிக்கோளாக உள்ளன என்பதை பல ஆண்டுகளாக ஐக்கிய தேசிய கட்சி சரியாகவே புரிந்து வைத்திருந்தது.

அத்தோடு இந்நாடுகள் தத்தமது குறிக்கோள்களை அடைந்திடவும் அவற்றின் நன்மைகளை நீண்ட காலத்தில் வலுப்படுத்திடவும் புலிகள் போரில் ஈடுபடாதவாறு அமைதிப் பேச்சு வட்டத்தினுள்

கட்டுண்டு கிடந்திட வேண்டும் என்பதையும் ஐ.தே.க தலைவர் ரணில் உணர்ந்திருந்தார். எனவே புலிகளோடு பேச்சுவார்த்தைகளை ஆரம்பித்த கையோடு மேற்படி நாடுகள் இங்கு பெரிய அளவில் தமது மூலதனங்களை கொண்டுவருவதற்கான வேலைகளில் அவர் ஈடுபடலாயினார்.

அவருடைய செயலின் பின்னனியில் இருந்த தர்க்கம் மிக இலகுவானது. அதாவது உலக மற்றும் பிராந்திய வல்லரசுகளின் பொருளாதார மற்றும் கேந்திர நலன்கள் எந்தளவிற்கு பரவி வேரூன்றுகின்றனவோ அந்தளவிற்கு அந்த நாடுகள் புலிகள் மீண்டும் போருக்குப் போகாமல் பார்த்துக் கொள்ளும் என்பதே அது. இதனாலேயே அவர் ஒருபக்கம் இந்திய எண்ணெய் கூட்டுத்தாபனமும் இங்கு விரைந்து காலூன்றிவிடுவதற்கான அவசரப் பேச்சுவார்த்தைகளையும் மறுபுறம் அமெரிக்க அரசுடன் ACSA ஒப்பந்தம் சுதந்திர வர்த்தக ஒப்பந்தம் என்பவற்றை செய்து கொள்வதற்கு அமைச்சர் மிலிந்த மொறகொடவை துரிதப்படுத்திக் கொண்டிருந்தார்.

சிறிலங்கா அரசியல் தமிழருக்கு எந்த வகையான தீர்வையும் வழங்கிட முடியாது. தமிழரசுக் கட்சி தமிழர் விடுதலை கூட்டணி வரதராஜப் பெருமாளின் ஈழமக்கள் புரட்சி கர விடுதலை முன்னணி என்பவற்றின் வரிசையில் புலிகளையும் தன் முயற்சியில் சற்றும் சலைக்காத விக்கிரமாதித்தனைப் போல் சிறிலங்கா அரசு ஏமாற்றுகிறது என்ற உண்மை மிக உறுதியாக வெளிப்படும் காலத்தில் இந்தியா, அமெரிக்கா, ஜப்பான் ஆகிய நாடுகளில் கேந்திர மற்றும் பொருளாதார முதலீடுகள் கணிசமாகப் பெருகிவிடும் என்பது ஐக்கிய தேசிய கட்சித் தலைமையின் கணிப்பு. அதாவது எந்தத்தீர்வும் கிடைக்காத நிலையில் புலிகள் மீண்டும் போருக்குப் போக முற்பட்டால் அதன் விளைவு தமது முதலீடுகள் மீது பொறுக்க முடியாத பாதிப்பை ஏற்படுத்தும் என்ற உந்துதலில் மேற்படி நாடுகள் அவர்களை எவ்வழிப்பட்டும் தடுத்திடும் என்பது திட்டம். இதனையே சர்வதேச காப்பு வலை

(International Safty Net) என பெருமிதத்துடன் கடந்த ஆண்டு புலிகளுடன் கவனமாகஅலுவல் பார்க்க வேண்டும் என அவரை எச்சரித்த பலரிடம் பிரதமர் ரணில் விக்கிரமசிங்க விளக்கினார்.

மேலைத்தேய போரியியலாளர் கூறும் கட்டுக்குள் பேணும் தந்திரோபாயம் (Containment Strategy) என்பதன் ஒரு வடிவமே பிரதமர் ரணிலின் சர்வதேச காப்பு வலைத் திட்டமாகும். சிறிலங்கா படைத்துறையின் தீச்சுவாலை நடவடிக்கையை புலிகள் முறியடித்தகையோடு சிறிலங்கா அரசினதும் அதன் அமெரிக்க பிரித்தானிய படைத்துறை மதியுரைஞர்களதும் போரியற் கோட்பாட்டுக் களஞ்சியத்துள் எஞ்சியிருந்தது. இந்தக் கட்டுக்குள் வைத்திருக்கும் திட்டமே. தீச்சுவாலை நடவடிக்கையை முறியடித்த பின்னர் புலிகள் திருமலை மீது குறிவைக்க ஏற்பாடு செய்கிறார்கள் என்ற அச்சம் அமெரிக்க படைத்துறையினருக்கு உண்டாகலாயிற்று. மட்டக்களப்பில் தளபதி கருணாவின் கீழ் கணிசமான படைகள் ஒரு பெரிய நடவடிக்கைக்கு தயாராகின்றன என்ற தகவலும் திருமலைத் துறைமுகம் அமைந்துள்ள கொட்டியாரக்குடாவின் தென் பகுதியான மூதூர் கிழக்குப்பிராந்தியத்தில் தளபதி பதுமனின் படைகளும் போருக்குத் திரள்கின்றன. என்ற செய்தியும் மேற்படி அச்சத்தை தோற்றுவித்தன.

தளபதி கருணாவின் படைகள் மட்டக்களப்பின் வடக்குப்பகுதியில் தயாராகிக் கொண்டிருந்ததால் அவை அநேகமாக மூதூரை நோக்கி முன்னேறி தளபதி பதுமனின் படைகளுடன் இணைப்பேற்படுத்திக் கொண்டு (**Link up**) திருமலையின் சுற்றுப்புறத்தையும் அதை நாட்டின் ஏனைய பகுதிகளுடன் இணைக்கும் பாதைகளையும் கைப்பற்ற முனையலாம் எனவும் இதே வேளை வவுனியாவை அச்சுறுத்தும் வகையில் புலிகள் ஒரு படையெடுப்பை தொடங்கினால் சிறிலங்கா அரசால் அதன் கிழக்குத் துறைமுகத்தை பாதுகாக்க முடியாது போய் விடும் என 2001 இன் நடுப்பகுதியில் அமெரிக்க படைத்துறை மதிப்பீடு செய்தது. இது நடைபெற்றால் சிறிலங்கவின் கடற்படை மற்றும் வான் படைத் தளங்களை கையகப்படுத்தும்

தனது ACSA ஒப்பந்தம் அர்த்தமற்றதாகிவிடும் எனவும் அது கவலை கொள்ளலாயிற்று. இந்த விடயம் சந்திரிக்கா அரசின் இந்தியச் சார்பாளர் சிலரால் டெல்லியின் கவனத்திற்கு கொண்டு வரப்பட்டது. திருமலையிலுள்ள எமது நலன்களில் கைவைக்காத வரை புலிகள் அங்கு என்ன படையெடுத்தாலும் எமக்கு அக்கறை இல்லை என்று மட்டும் அப்போது இந்திய வெளியுறவு அலுவலர் ஒருவர் தெரிவித்தார். **(இது என்ன நோக்கில் கூறப்பட்டது என அப்போது தெளிவாகத் தெரிந்திருக்கவில்லை)** இந்த வகையில் புலிகளுக்கு கிடைத்திடக் கூடிய ஒவ்வொரு வெற்றியும்சிறிலங்காவின் இறைமையைக் குறைக்கும் எனவும் இதன் காரணமாக அதனுடன் கைச்சாத்திடக்கூடிய யுஊளுயு மற்றும் சுதந்திர வர்த்தக ஒப்பந்தம் என்பவை வலுவற்றதாகி விடும். எனவும் அமெரிக்கா கரிசணை கொள்ளலாயிற்று. இந்த நிலையில் புலிகளுக்கு சாதகமாக இலங்கைத்தீவில் போர்ச்சமநிலை விரைவாக மாறிச்செல்வதை தடுப்பதற்கு சிறிலங்கா அரசிற்கு இருந்த ஒரே வழி மேற்படி கட்டுக்குள் முடக்கி வைத்திருக்கும் தந்திரோபாயமே.

இப்போரியற் கோட்பாட்டின் முதலாவதும் முக்கியமானதுமான அடித்தளம் அமைதிப் பேச்சுக்களேயாகும். அதாவது அமைதியை கொண்டு வருவதற்கான பேச்சுவார்த்தை என்பது வேறு போரா-டல் திட்டமிடலின் ஒரு வெளிப்பாடாக நடைமுறைப்படுத்தப்படும் பேச்சு வார்த்தை என்பது வேறு. எனவே 2001 இன் நடுப்பகுதியில் காணப்பட்ட போர்ச் சமநிலையைக் கருத்திற் கொண்டு அப்போது சர்வதேச மட்டத்தில் அமெரிக்கா மற்றும் இந்தியா என்பனவற்றின் பின்னனியோடு அமைதிப் பேச்சுவார்த்தைகளை ஆரம்பிக்க எடுக்கப்பட்டு வந்த முயற்சிகள் போரியற் தந்திரோபாயத்தின் வெளிப்பாடாகவே அன்றி வேறு வகையில் அமைந்திட முடியாது என நான் எழுதியிருந்தேன்.

ஏனெனில் இந்தக்காலத்தில் அமெரிக்க சார்பு கொலம்பிய அரசுக்கெதிரான ஒடுக்கப்பட்ட மக்களின் போராட்டத்தையும் இதற்கு சில ஆண்டுகளுக்கு முன்னர் பலஸ்தீன மக்களின்

போராட்டத்தையும் கட்டுக்குள் போட எடுக்கப்பட்ட முயற்சிகளின் அதே சாயல்கள் இங்கும் தென் படத் தொடங்கியிருந்தன. 1997 இல் கொலம்பிய படைகளை முறியடித்து அந்நாட்டின் அரசைக்கவிழ்க்கக்கூடிய நிலையில் அங்குள்ள பார்க் **(FARC)** இயக்கம் பெரு வளர்ச்சியடைந்துள்ளது எனவும் இது தடுத்து நிறுத்தப்படாவிட்டால் அமெரிக்காவின் பின் புலத்தில் பேராபத்துத் தோன்றி விடும் எனவும் அமெரிக்கப் படைத்துறை கூறியது.

எனினும் கொலம்பியாவின் உள்நாட்டுப்போரில் சிக்கிடவும் அமெரிக்கா தயாராக இருக்கவில்லை. ஆகவே கொலம்பிய அரசின் மீது கடும் அழுத்தத்தைக் கொடுத்து தாமதமின்றி போராளிகளுடன் அமைதிப் பேச்சு வார்த்தைகளை உடன் தொடங்குமாறு வற்புறுத்திற்று. அமைதிப் பேச்சுக்களும் பல திரைமறைவு வேலைகளின் பின்னர் 2000 ஆம் ஆண்டளவில் ஆரம்பமாயின. ஆரம்பத்தில் அனைத்தும் மிக சுமுகமாகவே இருந்தன. போராளிகளின் ஆதிக்கத்தின் கீழ் இருந்த கொலம்பியாவின் 40 விழுக்காடு நிலப்பரப்பு அவர்களின் கட்டுப்பாட்டினுள் இருக்கலாம் என உடன் பாடு காணப்பட்டது.

ஆனால் காலப்போக்கில் கொலம்பிய அரச அமைப்பின் உயர்வர்க்க மேலாதிக்க அம்சங்களை மாற்றுவதில் இழுபறிகள் தோன்றலாயின. ஆனால் பேச்சுவார்த்தைகள் நடைபெற்ற காலப்பகுதியில் கொலம்பியாவின் படைகளை வலுப்படுத்துவதற்காக அமெரிக்கா கோடிக்கணக்கான டொலர்களை அங்கு கொட்டியது. சண்டைகள் இல்லாதிருந்தால் கொலம்பியப் படைகளை பயிற்றுவிப்பதும் புலனாய்வு வேலைகளை விரிவாக்குவதற்கும் அமைதிப் பேச்சுக்கள் அமெரிக்காவிற்கு ஒரு பெரு வாய்ப்பினை ஏற்படுத்திக் கொடுத்தன. அத்துடன் கொலம்பிய அரசியலில் முழுமையாகத் தனது சொற்படி நடத்தக்கூடிய வலது சாரி கடும்போக்காளரான அவ்வாரே உரிபே என்பவரை அமெரிக்கா வலுப்படுத்தி கடந்த ஆண்டு அந்நாட்டு ஜனாதிபதியாக்கிற்று. அமைதிப் பேச்சுக்கள் அமெரிக்காவின் தேவைகளுக்கேற்ப கொலம்பிய அரசால் நகர்த்தப்படுவதை காலம் பிந்தி உணர்ந்துகொண்ட பார்க் இயக்கம் தன்னை

நிலைப்படுத்திட முயற்சி எடுக்க முன்னர் அந்நாட்டுப் படைகள் நடவடிக்கைகளில் இறங்கின.

பார்க் இயக்கத்தின் ஆதிக்கத்தின் கீழ் இருந்த நிலப்பரப்பின் பெரும் பகுதியும் அதன் தலை நகரமும் கொலம்பியப் படைகளிடம் கையகப்பட்டன. ஆயுதங்களை கீழே போடும் வரை இனி பார்க் மற்றும் ஏனைய போராளி இயக்கங்களுடன் பேச்சுக்கே இடமில்லை என உரிபே அறிவித்து விட்டார். இவ்வாறாகக் கொலம்பிய அரசு பார்க் அமைப்புடனான அமைதிப் பேச்சுக்களை தனது பெரும்பாக போராட்டத்தின் ஒரு இன்றியமையாத அங்கமாகவே அமெரிக்காவின் உதவியோடு வடிவமைத்து செயற்படுத்தியது. கொலம்பியாவின் அரசமைப்பை இடது சாரிப் போராளிகள் எதிர்பார்ப்புகளுக்கு ஏற்ப அந்நாட்டின் வறிய மக்களுக்கு சார்பாக மாற்றியதால் அது தனது மூலதன இராணுவ நலன்களையே முதன்மையாகப் பாதிக்கும் என்பது அமெரிக்காவிற்கு நன்கு தெரியும்.

தமது இருப்பிற்கு அமெரிக்காவை நம்பியிருந்த கொலம்பிய ஆளும் வர்க்கங்களும் அந்நாட்டின் அரசியலமைப்பை மாற்றுவதில்லை என இரகசிய உறுதிப்பாட்டுடனே போராளிகளுடன் அமைதிப்பேச்சுக்களில் இறங்கினர். எனவே அந்தப் பேச்சுக்களில் கொலம்பிய அரசிற்கு ஒரேயொரு குறிக்கோள் மட்டுமே இருந்தது. அதாவது தனக்குச் சாதகமான முறையில் பார்க் இயக்கத்தை கட்டுக்குள் முடக்கி நீண்டகாலம் வைத்திருப்பதே அது. இது இப்படியிருக்க 2001 ஜூலை மாதம் அமெரிக்க தலைநகரிலுள்ள சர்வதேச மற்றும்கேந்திர ஆய்வுகளுக்கான மையத்தில் கொலம்பிய இலங்கை போர் நிலைவரங்களை ஒப்பிட்டு இலங்கையில் அரசியல் யாப்பை மாற்றிட எந்தவழியுமின்மையால் அங்கு அமைதிப் பேச்சு வார்த்தை நடைபெறும் பட்சத்தில் அதை புலிகளை மடக்கிப் போடும் ஒரு பெரும்பாக போர்த்திட்டத்தின் வெளிப்பாடாகவே ஸ்ரீலங்கா அரசு கையாள முனைவது தவிர்க்க முடியாதது என ஆற்றிய உரையைச் செவிமடுத்த அமெரிக்க பாதுகாப்பு அமைச்சு அமெரிக்க கூட்டுப்படைத்தலைமையகம்

வெளியுறவுத்திணைக்களம் போன்றவற்றின் அதிகாரிகள் கேட்ட கேள்விகளும் தெரிவித்த கருத்துகளும் எனது மேற்படி ஒப்பீடும் எடுகோளும் சரியாகவே இருக்கலாம் என்பதைக் கோடிட்டுக்காட்டின.

கொலம்பியாவைப்போல் இங்கும் அரசியல் யாப்பை மாற்றிடும் எண்ணம் அரசுக்கு இல்லை. இங்கும் வருங்காலங்களில் தனது ஒப்பந்தங்களை நிலைப்படுத்திட சிறீலங்காவின் ஒற்றையாட்சியே அமெரிக்காவுக்கு சாதகமாக உள்ளது. சமஷ்டி ஆட்சி ஏற்பட்டு வடக்குக் கிழக்கில் ஏதோ ஒரு கட்டத்தில் தனக்குச்சாதகமற்ற ஒரு ஆட்சி அமைந்தால் அது தனது ஒப்பந்த நலன்களை பாதிக்கும் என்பது அமெரிக்காவின் கருத்து. இதனாலேயே பிரித்தானியா நோர்வே என்பவற்றின் செல்வாக்குகளைப் பயன்படுத்தி புலிகளை உள்ளக சுய நிர்ணய உரிமை, மரபுவழி வதிவிடங்கள் என ஒற்றையாட்சியை நோக்கி ஆரம்பகட்டத்திலேயே இறங்கி வர வைத்தது. இது இந்தியாவிற்கும் சாதகமாயிற்று.

இவையனைத்தையும் கருத்திற் கொண்டே பேச்சுவார்த்தையை ஒரு பெரும்பாகப் போரியல் பொறியாக அமெரிக்கா ஆரம்பத்திலிருந்து கருதி வருகிறது என நாம் ஆணித்தரமாக கருத வேண்டியுள்ளது. இதை நன்றாகப் புரிந்து கொண்டே பிரதமர் ரணில் விக்கிரமசிங்க தனது சர்வதேச காப்பு வலையை பேச்சுக்கள் ஆரம்பமான காலத்திலிருந்து அமெரிக்கா இந்தியா ஆகியவற்றின் உதவியுடன் விரித்து வருகிறார்.

ஆனால் இதைச் செய்வதற்கான கால அட்டவணைத்திட்டத்தை டோக்கியோ போகாததன் மூலமாக புலிகள் குழப்பி விட்டார்கள். அமெரிக்க இந்திய மற்றும் ஜப்பானிய நலன்கள் இங்கு சரியாக வேரூன்ற இன்னும் காலம் தேவை.

அதுவரை இந்நாடுகள் எதுவுமே பிரதமர் ரணிலுக்கு சார்பாக புலிகளை மடக்கக்கூடிய நேரடி அழுத்தங்களை செலுத்திட முடியாது.

1983 இலிருந்து 87 வரை நடக்கின்ற உண்மை என்ன என்பதை புரிந்து கொள்ள நாம் முயற்சி எடுக்காததால் இந்தியாவின் கால அட்டவணை திட்டப்படியெல்லாம் ஆடி கடைசியாக பெருசிக்கலில் மாட்டினோம். இனியும் அப்பிழையை நாம் விடமுடியாது, கூடாது.

இதை நாம் செய்வதற்கு முதற்படி தமிழ் மக்கள் மீண்டும் ஒரு சரியான உறுதியான அரசியல் அடித்தளத்தில் காலூன்றி நிற்பதேயாகும் எனவேதான் மீண்டும் கூறுகிறேன் வட்டுக்கோட்டைத் தீர்மானத்தை தேடுங்கள் படியுங்கள்.

15.06.2003

தமிழர் தம் இறைமையை விட்டுக் கொடுக்க இயலாது

போரால் பறிக்க முடியாமல் போன நாகலாந்தின் இறைமையை இன்று பேச்சுவார்த்தைகள் மூலம் மடக்கிப் போட முனைந்து வருகிறது இந்திய அரசு. அதாவது தமிழ் மக்கள் தமது இறைமையை சுதந்திர இலங்கையின் முதலாவது அரசுருவாக்கத்தில் இம்மியளவும் விட்டுக் கொடுக்கவில்லை.

ஒரு குறிப்பிட்ட மக்கள் கூட்டம் ஒரு ஒழுங்கமைக்கப்பட்ட சமூகமாக இயங்குவதாயின் விதிகள் அல்லது சட்டங்கள், அவற்றை நடைமுறைப்படுத்தும் அதிகாரங்கள் அவற்றின் அடிப்படையில் அமைந்த நீதி பரிபாலனம், அம்மக்கள் கூட்டம் உருவாக்கும் செல்வத்தில் ஒரு பகுதியை (உபரி) சேகரித்து சமூகத் தேவைக்கு பயன்படுத்துவதற்கான வழிமுறைகள், அம்மக்கள் கூட்டத்தின் உள்ளும் புறமும் அதன் பாதுகாப்பை உறுதிப்படுத்தக்கூடிய வகையில் ஒழுங்குகளை ஏற்படுத்தல், மேற்கூறியவற்றை செய்வதற்குரியவர்களை தெரிவு செய்தல் என்பன அவசியமாகும்.

ஒரு புவியியல் பரப்பினுள் மேற்படி கூறப்பட்ட அனைத்தும் செய்யப்பட்டபொழுது அரசுகள் உருவாகின. இந்த வகையில் உலகின் மிகப் பழைய சமூக நிறுவனம் அரசே ஆகும். சமூக, அரச உருவாக்கத்திற்கான மேற்படி செயல்களை ஆற்றும் தகைமையையே நாம் இறைமை **(Sovereignty)** என்கிறோம். மன்னர் ஆட்சிக் காலத்தில் மேற்படி செயல்கள் அனைத்தையும் செய்யும் தகைமை, உரிமை அரசனுக்கு மட்டுமே இருப்பதாக

கொள்ளப்பட்டது. பல பழைய சமூகங்களில் இவ்விறைமை மன்னனுக்கு இறைவனால் கொடுக்கப்பட்டதாகவும் சில மக்கட் குழுமங்களில் இது மக்களாக உடன்பட்டு அரசனுக்கு வழங்கியதாகவும் பலவாறாக கருதப்பட்டது. முடியாட்சிகள் மக்களாட்சிகளாக மாறியபோது மேற்படி இறைமை ஒரு நாட்டின் ஒவ்வொரு குடிமகனுக்கும் உரியதாயிற்று. ஒரு மக்கட் கூட்டம்தான் ஒரு சமூகமாக இயங்குவதற்கு என மேற்படி விடயங்களை செய்கையில் அது தன் இறைமையை செயற்படுத்துகின்றது எனக் கொள்ளப்படும்.

இவ்வாறு ஒரு சமூகம் தனது இறைமையை தன் சொந்த விருப்பின்படி பிரயோகிப்பதே அதன் சுய நிர்ணய உரிமை எனப்படுகிறது. ஒரு சமூகம் தான் சுமூகமாக இயங்குவதற்கும் தனது நலன்களை பேணி பாதுகாத்து நிலை நிறுத்துவதற்கும் ஏற்றவகையில் அது தனது இறைமையை எவ்வாறு செயல்படுத்துவது என்பது விரிவாக வரையறுக்கும் ஆவணமே ஒரு அரசின் அரசியல் யாப்பாகும்.

இந்த வகையில் ஒரு மக்கட் குழுமம் தன் இறைமையை செயல்படுத்தி ஒரு அரசியல் யாப்பை அதாவது ஒரு அரசை ஏற்படுத்தலாம் அல்லது தனது சொந்த விருப்பின்பேரில் இன்னொரு சமூகத்துடன் இணைந்து அதைச் செய்யலாம் அல்லது இன்னொரு மக்கட் குழுமம் உருவாக்கும் அரசியல் யாப்பு, அரசு தனது உகந்ததெனக் காணுகையில் தனது இறைமையை அந்த உருவாக்கத்திற்கு தன் நலன்களை பேணிடக்கூடிய நிபந்தனைகளோடு ஒப்புக்கொடுக்கலாம்.

வரலாற்றை பொறுத்தவரையில் தம்மைத் தனித்துவமான சமூகங்களாக கருதிய எல்லா மக்கட் குழுமங்களுக்கும் தமது இறைமையை தங்கு தடையின்றி செயல்படுத்திட முடிந்ததில்லை. வன்முறை மற்றும் அரசியல் வழிப்பட்ட மேலாதிக்க முறைகள் மூலம் அவை தமது இறைமையை முழுமையாக செயற்படுத்த முடியாதபடிக்கு தடைகள் போடப்பட்டன. தன்னுடைய

நெருக்கடிக்குள் உள்ளதா தமிழ்த் தேசியம்? ▸100

இறைமையை முழுமையாக செயல்படுத்தி அரசுருவாக்கத்தில் ஈடுபடும் ஒரு சமூகம் தனது அதிகாரத்தினுள் இன்னொரு சமூகத்தினை அதன் இறைமை ஒப்புதல் இன்றி வைத்திருப்பதையே நாம் காலணியாதிக்கம் என்கிறோம்.

ஒரு சமூகம் தனது ஆதிக்க எல்லைக்குள் வாழும் வேறு எந்த மக்கட் குழுமமும் தனது இறைமையை முழுமையாக செயல்படுத்த முடியாதபடி ஒரு அரசை உருவாக்கும்போது அது ஒற்றையாட்சி எனப்படுகிறது. இந்த வகையில் தன்னகத்தே இறைமையுள்ள வேறு சமூகங்களை உள்ளடக்கிய ஒற்றையாட்சிக்கும் காலனியாதிக்கத்துக்கும் பெரிய வேறுபாடு இல்லை. வரலாற்றில் இவ்வாறான சூழலில் அகப்பட்டுக் கொள்ளும் சமூகங்கள் ஒன்று, தமது இறைமையை எந்த அடக்குமுறைகளின் கீழும் விட்டுக் கொடுக்காது போராடுகின்றன. இரண்டு பகுதியாகவோ, முழுமையாகவோ தமது இறைமையை விட்டுக்கொடுத்து அதன் காரணமாக இழிநிலைக்குத் தள்ளப்படுகின்றன. மூன்று, தமது இறைமை முற்றாக பறிக்கப்பட்ட நிலையில் ஆதிக்க சமூகங்களினுள் கரைந்து போயின.

முதலாவது வகையில் நாம் இந்தியாவின் வட கிழக்கில் உள்ள நாகா இன மக்களையும் இந்தோனேஷியாவின் ஆச்சே மக்களையும் இலங்கைத் தமிழரையும் குறிப்பிடலாம். 19ஆம் நூற்றாண்டின் பிற்பகுதி வரை நாகலாந்து ஒரு தனியரசாக இருந்து வந்தது. அதை நீண்டகால போருக்கு பின்னர் பிரிட்டிஷ் ஏகாதிபத்தியம் கைப்பற்றி தனது இந்திய காலனி அரசின் ஒரு அங்கமாக இணைந்தது.

1947இல் இந்தியா சுதந்திரமடைந்தபோது நாகா இன தலைவர்கள் காந்தியை சந்தித்து பிரிட்டிஷ் ஏகாதிபத்தியத்தால் பறித்தெடுக்கப்பட்ட தமது மக்களின் இறைமையை மீள்நிலைநாட்டிடும் வகையில் தாம் மீண்டும் ஒரு சுதந்திர நாடாக செயல்படப் போவதாகக் கூறினார்கள்.

அவர்களை அப்படி செய்ய வேண்டாமெனவும் நாகலாந்து தற்காலிகமாக இந்தியாவுடன் பத்து வருடங்கள் இணைந்திருந்த பின் பிரிந்து போகலாம் எனவும் காந்தி விடுத்த வேண்டுகோளை அவர்கள் ஏற்றுக்கொண்டனர். பத்து வருடங்களின் பின்னர் காந்தியோடு கொடுத்த வாக்குறுதியின் அடிப்படையில் நாகலாந்து தனது சுதந்திரத்தை இறைமையை நிலைநாட்ட முற்பட்டபோது இந்திய படைகள் அங்கு அனுப்பப்பட்டன. பெரும் அடக்குமுறை கட்டவிழ்த்து விடப்பட்டது. எனினும் நாகா மக்கள் 50 வருடங்களிற்கு மேலாக தமது இறைமையை இம்மியளவும் விட்டுக் கொடுக்காமல் போராடினர். போரால் பறிக்க முடியாமல் போன நாகலாந்தின் இறைமையை இன்று பேச்சுவார்த்தைகள் மூலம் மடக்கிப் போட முனைந்து வருகிறது இந்திய அரசு.

ஆச்சே மக்களது இறைமையும் ஒல்லாந்தரால் பறிக்கப்பட்டது. பின்னர் ஆச்சே பிரிட்டிஷ் ஏகாதிபத்தியத்திற்கு கையளிக்கப்பட்டது. இந்தோனேஷிய தீவுகளை பிரிட்டிஷ் ஏகாதிபத்தியம் விட்டுச் சென்றபோது ஆச்சே மக்கள் இந்தோனேஷிய பெரும்பான்மை அரசின்கீழ் கொண்டுவரப்பட்டனர். ஆயினும் அவர்கள் இன்றுவரை தமது இறைமையை விட்டுக்கொடுக்காது போராடி வருகின்றனர்.

1947இல் இலங்கைக்கு பிரித்தானியா சுதந்திரத்தை வழங்கியபோது உருவாக்கப்பட்ட சோல்பரி அரசியல் யாப்பு சிங்களப் பெரும்பான்மையின் இறைமைக்குரியதாக மட்டுமே உள்ளது. இதில் தமிழர்கள் ஒரு காலனியாதிக்க கீழ்நிலையிலேயே வாழ வேண்டி வரும். இந்த யாப்பின் கீழ் அவர்கள் தமது இறைமையை இம்மியளவும் செயல்படுத்த முடியாது என்ற அடிப்படையில் தமிழர் அதை நிராகரிக்க வேண்டும் எனக்கோரி தமிழ் காங்கிரஸ் இலங்கையின் முதலாவது நாடாளுமன்றத் தேர்தலில் போட்டியிட்டது. தமிழர் தாயகத்தில் அந்நேரம் இருந்த 13 தொகுதிகளில் 9 தொகுதிகளில் அது போட்டியிட்டு 7-இல் வெற்றி பெற்றது. சோல்பரி ஒற்றையாட்சி அரசியல் யாப்பை ஆதரித்த ஐக்கிய தேசியக் கட்சி வடக்கு கிழக்கில்

எந்த ஒரு தொகுதியிலும் வெற்றி பெறவில்லை. இதனடிப்படையிலும் ஏற்றுக்கொள்ளக் கூடிய வேறு மாற்றுத் தீர்வு இல்லாததாலும் தமிழ் மக்கள் தமது சுயநிர்ணய உரிமையை பிரயோகிக்க அனுமதிக்கப்பட வேண்டும் என தமிழ் காங்கிரஸ் பிரித்தானிய அரசைக் கேட்டுக் கொண்டது. இங்கு தெளிவாக நாம் ஒன்றை புரிந்து கொள்ளவேண்டும். அதாவது தமிழ் மக்கள் தமது இறைமையை சுதந்திர இலங்கையின் முதலாவது அரசுருவாக்கத்தில் இம்மியளவும் விட்டுக் கொடுக்கவில்லை என்பதே அதுவாகும். இதன் பின் வந்த சிங்கக் கொடி தமிழர் தாயகத்தை அழித்திடும் சிங்களக் குடியேற்றங்கள், தனிச் சிங்கள சட்டம், 1958 தமிழர் படுகொலை, வடக்கு கிழக்கில் நடைபெற்ற அமைதி வழி அரசியல் போராட்டங்களின் மீது சிங்களப் படைகள் ஏவப்பட்டமை ஆகியன தமிழர் தமது இறைமையை எந்த வகையிலும் சிங்கள் பேரினவாத ஒற்றையாட்சியினுள் விட்டுக்கொடுக்க முடியாதென்பது உறுதிப்படுத்தின.

1972இல் சிங்கள தேசம் தனது முழு இறைமையை நிலைநாட்டும் வகையில் ஒரு சிங்கள மேலாதிக்க அரசியல் யாப்பை உருவாக்க முனைந்தது. இந்த முயற்சியில் தமிழருடைய இறைமை ஒரு பகுதியாகவேனும் உள்ளடக்கப்படாது விட்டால் தனது ஒற்றையாட்சி அமைப்பு அதனூடாக நாட்டின் தேசிய செல்வத்தையும் நிர்வாகத்தையும் தனது கைக்குள் மட்டுமே வைத்திருப்பதும் முழுமையாக நியாயப்படுத்த முடியாது போய் விடும் என்பதை சிங்கள மேலாண்மையாளர் உணர்ந்தனர். எனவே மறைந்த திரு.எம். திருச்செல்வம் அவர்கள் ஊடாக தந்தை செல்வாவை ஆசைகாட்டி புதிய அரசியல் யாப்பிற்கு உடன்பட வைக்கப் பார்த்தனர். ஆனால் அவர் மறுத்துவிட்டார்.

1972இல் தந்தை செல்வா தமது நாடாளுமன்ற பதவியை துறந்ததும் 1974இல் மீண்டும் போட்டியிட்டதும் தமிழ் மக்கள் தமது இறைமையை தாமாக பிரயோகிப்பதை தவிர அவர்களுக்கு வேறு வழியே இல்லை என்ற அடிப்படையிலேயாகும். இதையே

வட்டுக்கோட்டைத் தீர்மானம் விரிவாக எடுத்தியம்பியது.

1978இல் மிக மிக இறுக்கமான ஒற்றையாட்சி அரசியல் யாப்பை ஐக்கிய தேசியக் கட்சி உருவாக்கியபோதும் அதில் தமிழரை அணைக்கும் முயற்சி எள்ளளவேனும் எடுக்கப்படவில்லை. இதன் பின்னர் நடைபெற்ற அனைத்தும் **(பயங்கரவாத தடைச் சட்டம், யாழ். நூலக எரிப்பு, 83 தமிழர் படுகொலை இன்னோரன்ன)** சிங்கள மேலாண்மை ஒற்றையாட்சியினுள் தமிழர் பாதுகாப்பாக வாழ்வதானால் தமது இறைமையை தாமாகவே செயல்படுத்துவதைவிட வேறு வழியில்லை என்பதை மிகத் தெளிவாக சுட்டிக்காட்டியுள்ளன.

இந்த வகையில் தமது அரசியல் எதிர்காலத்தை தீர்மானிக்கும் நோக்கில் தமிழர் மேற்கொள்ளும் எந்த பேச்சுவார்த்தையும் அவர்களுடைய கைவிடப்படா முழு இறைமையின் அடித்தளத்தில் நின்றே செய்யப்பட வேண்டும் என்பதே வரலாற்றுக் கட்டாயமாகும்.

22.06.2003

கருணா ஓடியது எதற்காக?

கருணா இவ்வளவு துரித கதியில் இழிவுடனும் அவமானத்துடனும் பேரிகழ்வுடனும் வீழ்ச்சி அடைந்ததற்கான காரணம் தான் என்ன? அந்த 40 நீண்ட நாட்களாகப் பரபரப்பாக அரங்கேற்றப்பட்டுவந்த தனது வீர பிரதாபங்கள் அனைத்தையும் முற்றாகக் கைவிட்டு, எந்த வேகத்திலேயே தப்பி ஓடினார் இந்த கொள்கை துறந்த - இயக்கத்தை விட்டோடிய தளபதி அந்த நாட்களில் இவரால் வெளிக்காட்டப்பட்ட வியக்கத்தக்க காட்சிச்சாலை விளக்கமேலாண்மை திறனை ஊக்குவித்து வந்த கொழும்பு - சர்வதேச ஊடகவியலாளர்துறைகளைச் சேர்ந்த சிலர், இப்பொழுது ஐயத்துக்கிடமில்லாமல் கடும் ஏமாற்றத்திற்கு ஆளாகியுள்ளனர்.

எதற்காக அவர் வந்த கதியிலேயே அனைத்தையும் கைவிட்டு ஓடினார் என்ற வினாவே பலதரப்பட்ட சிங்கள தேசிய இனவாதிகளிலும் தன்னடக்கமுள்ள எழுத்தாளர்களினதும் மூளைகளை எல்லாம் நச்சரித்துக்கொண்டிருக்கும் வினாவாகும். வேலுப்பிள்ளை பிரபாகரனின் பலம் வாய்ந்த பாரிய இராணுவ அமைப்பிற்கெதிராகப் போர்க்கொடி தூக்கி இவருக்கு நம்பிக்கை அளித்தது எது என்ற விளைவையே நாம் முதலில் வினவவேண்டும். தன்னுடைய உடைமையில் உள்ள ஆயுதங்கள், வன்னியிலுள்ள பாரிய பீரங்கித் தொகுதிகளுக்கும் எறிகணைகளுக்கும் எந்தவிதத்திலும் ஈடாகா என்பது கண்டிப்பாகக் கருணாவிற்குத் தெரியும். அவரது படைத்தளபாடங்களின் தேவை நிரப்பீடு வரையறைக்குட்பட்டது.

வன்னியிலுள்ள உயர் இராணுவ கட்டளை பீடம் வரையறையில்லாத்தேவை நிரப்பீடுகளைக் கொண்டது. அதேவேளை மேலும் கூடுதலான ஆயுத தளபாடங்களைக் கொண்டுவரும் தகமையும் மார்க்கமும் வன்னியிடம் உள்ளது. புலிகளது நுணுக்கமும் நவீனத்துவமும் வாய்ந்த கட்டளை பீடமும் முறையும் வடக்கிலேயே அமைந்துள்ளன. கடந்த 2 வருடங்களாகப் புலிகள் இந்த துறைகளில் கண்ட அளப்பரிய முன்னேற்றத்தைக் கருணா அறிந்திருக்க முடியாது. ஆனால் இதுபற்றி தனது தோழர்கள் மூலம் கேட்டறிந்து கொள்வதற்காக வாய்ப்பு அவருக்கு இருந்திருக்கலாம். வன்னியில் புலிகளால் நவீன ஆயுத தளபாட முறைகள் பெறப்பட்டுள்ளன என்பதையும் கருணா தெரிந்து வைத்திருப்பார்.

எனினும், தனது சொந்த மட்டக்களப்பு-அம்பாறை மாவட்டங்களைத் தனது பிடிக்குள் வைத்திருக்கமுடியும் என்று அவர் மிகவும் கூடுதலாகவே நம்பியிருந்தார். கிழக்கு மாகாணப் பூகோள அமைப்பும், கொழும்பிற்கும் புலிகளுக்குமிடையே இருந்துவரும் போர்நிறுத்த ஒப்பந்தத்தின் ஏற்பாடுகளும், தனக்கு இராணுவ ரீதியாக அனுகூலமாக உள்ளன என்று அவர் நம்பினார். கிழக்கில் அவரது கட்டுப்பாட்டிலுள்ள பிரதேசங்கள் வன்னியிலிருந்து துண்டிக்கப்பட்டிருந்து வெலிஓயாவிலிருந்து சேருவில் வரைக்கும் சிறீலங்கா இராணுவத்தின் பூரண கட்டுப்பாட்டிற்குள் இருந்த பெரிய ஆப்பு வடிவ நிலப்பரப்புக்கள் வன்னியைத் தனிமைப் படுத்தியுள்ளபடியால் தரைவழிமார்க்கமாக விடுதலைப்புலிகள் தங்களது பாரிய ஆயுதங்களையும் ஆயுத தளபாடங்களையும் போர் வீரர்களையும் நகர்த்தித் தனது கட்டுப்பாட்டிலுள்ள மட்டக்களப்பு மாவட்டத்தில் மட்டுப்படுத்தப்பட்ட அளவில்தானும் தாக்குதலை மேற்கொள்ள முடியாது என அவர் பூரணமாக நம்பினார்.

போர்நிறுத்த ஒப்பந்த ஏற்பாடுகளின் கீழ் விடுதலை புலிகள் சமாதான அலுவலகத்துடனும் இராணுவத்துடனும் இணக்கம் காணாமல் தமது முழுப்படையணிகளை நகர்த்த முடியாதெனவும்

நெருக்கடிக்குள் உள்ளதா தமிழ்த் தேசியம்? ▸ 106

கருணா திடமாக நம்பியிருந்தார். அத்தோடு பாரிய பீரங்கி தொகுதிகளும் எறிகணைகளும் இல்லாத நிலையில் புலிகள் வெருகல் ஆற்றின் வடக்கு கரைகளில் ஓரிரு படைகளை அனுப்பி தாக்குதல்கள் நடத்தினாலும் நீண்டகால சிறு சிறு மோதல்களே வாகரைப் பகுதிகளில் மட்டும் நிகழ்த்தலாமென முடிவாக நம்பியிருந்தார்.

கருணாவுக்கு அச்சமயம் தெரிந்தமட்டில் போர் நிறுத்த ஒப்பந்தத்தை மீறாமல் பெரிய சுடுகலன்களையும் தொன் கணக்கிலான எறி-கணைகளையும் கரையோரமாகக் கொண்டுசெல்லும் வல்லமை கடற்புலிகளுக்குப் போதாது என்றும் நினைத்தார். சிறீலங்காக் கடற்படையை விழிப்படையச் செய்யாமல் இராணுவ தளபாடங்களையும் போர் வீரர்களையும் கிழக்குக் கரையோரத்திற்கு 2 அல்லது 3 முறைகளுக்குமேல் கொண்டுசெல்லும் நிலையில் கடற்புலிகள் இல்லையென்று கருணா தனது முன் அனுபவத்தின் அடிப்படையில் ஊகித்திருந்தார்.

கருணாவுக்குப் பொருந்தக்கூடிய இன்னுமொரு குறைபாடு புலிகளிடம் இருந்தது. மட்டக்களப்பு மாவட்டத்தின் வடக்கு மூலையில் தாக்குதல் ஒன்றைத் தொடுக்கவும் அத்தாக்குதலை நிலைகுலையாமல் தக்க வைத்துக்கொண்டு தொடர்ந்து நடாத்தவும் வெருகல் ஆற்றின் வடக்குக் கரைகளில் அவர்களுக்கு ப10மராதடிச்சேனைக்கும் மாவடிச்சேனைக்கும் இடைப்பட்ட ஒரு வரையறுக்கப்பட்ட நிலப்பரப்பே ப10கோள ரீதியாக புலிகளுக்கு இருந்தது. இந்த நிலப்பரப்பிற்குக் கடல்மார்க்கமாகவும், தரைக்கப்பால் உள்ள கொந்தளிப்பான நீர்களுக்கு ஊடாகவுமே தளபாடங்களை அனுப்பவேண்டும். கப்பல்களிலிருந்து இராணுவச் சரக்குகளை இம்மார்க்கமாக இறக்குவது அவ்வளவு சுலபமான காரியமில்லை.

கருணாவின் கணிப்பின்படி புலிகள் வெருகலாற்றைக் கடந்து வாகரைப் பகுதிக்குள் வெற்றிகரமாக ஊடுருவினாலும் யு-11

வாழைச்சேனை - பொலநறுவை நெடும்பாதையைச் சிறீலங்கா இராணுவத்தை எதிர்கொள்ளாது கடக்க இயலாது. யு-11 பாதை தான் மட்டக்களப்பு மாவட்டத்திற்கான பிரதான விநியோகப் பாதையானபடியால் அது இராணுவத்தின் அதியுயர பாதுகாப்பிற்கு உட்பட்டது. புலிகளால் தரவை வடமுனைப் பகுதியைக் **(தொப்பிகல காடுகள்)** கடல்மார்க்கமாகச் சென்றடைய முடியாது. அந்தப் பகுதியின் கிழக்குப் பக்கம் கடல் ஏரியால் சூழப்பட்டுள்ளது. இதற்கப்பால் உள்ள கரையோரப் பகுதிகள் இராணுவத்தின் கட்டுப்பாட்டில் உள்ளன.

எனவே, தனது கட்டுப்பாட்டில் உள்ள பலமான பகுதிக்குள் கடல்மார்க்கமாகவோ, வாகரைய10டாகவோ போதிய படையணிகளுடனும் படைக்கலன்களுடனும் புலிகளால் வரமுடியாது என்று கருணா நம்புவதற்கு நல்ல காரணம் இருந்ததென்றே கூறவேண்டும். கருணா தனது பாதுகாப்பு நிலையைப் பல அடுக்குகளாக வகுத்து அமைத்திருந்தார். பின்வாங்கும் நிலைகளும், மீண்டும் ஒன்றுகூடும் இடங்களும் மிகவும் துல்லியமாகத் திட்டமிடப்பட்டு நிர்ணயிக்கப்பட்டிருந்தன.

புலிகளின் தலைமைக்குப் பாதுகாப்புப் போர்முறை தெரியாதென வெளிநாட்டுப் பத்திரிகையாளர்களிடம், அவர்கள் வெளிப்படையாகவே அதிர்ச்சிகொள்ளும் வகையில், பரபரப்பற்ற அமைதியான முறையில் இந்தக் கட்சிமாறிய தளபதி தற்புகழ்ச்சியுடன் கூறிமகிழ்ந்தார். அங்கே நிழற்படக் கருவிகள் நிழற்படங்களை எடுத்தவண்ணம் இருக்க ஊடகவியலாளர்களுடன் உரையாடிக்கொண்டே தோடம்பழச் சாற்றை உறிஞ்சிக்குடித்துக்கொண்டும், காலை உணவை அருந்திக்கொண்டுமே வன்னியின் இராணுவ மேலாதிக்கம்பற்றி எவ்வித படபடப்பும், குழப்பமும், அச்சமும் இல்லாது இதனை வெளியிட்டார். பெரிய வெள்ளிக்கிழமைப் பதிப்பில் "ஐ லண்ட்" பத்திரிகை இவருடனான நீண்டதொரு செவ்வியைப் பிரசுரித்தவேளையில் வாகரைப் பகுதியின் வடக்குப் பகுதிக்கு அப்பாலில் இருந்து கருணாவின் பாதுகாப்பு அடுக்குகள்

மீது 120 ஆஆ எறிகணைகள் குண்டுமாரி பொழியபப்பட்டது. இக்குண்டுமாரிப் பொழிவு எவரையும் கொல்வதற்காகப் பொழியப்படவில்லை. மாறாக, கருணாவின் ஆட்களை அதிர்ச்சியூட்டி மலைக்கவைத்து வேறு திசைமுகப் படுத்தவே பொழியப்பட்டது.

இந்தப் பொழிவின்போது வாகரை தற்பாதுகாப்பிற்குப் பொறுப்பாய் இருந்த கருணாவின் மூத்த சகோதரன் றெஜியின் கட்டளை மையம் புலிகளின் விசேட படையணிகளால் கைப்பற்றப்பட்டது. கதிரவெளியின் தனது தற்காலிக இருப்பிடத்தில் இருந்த றெஜி, வினோதன், விசாலகன் 2, அன்பரசி படைப்பிரிவுகள் எல்லாம் அமைதியாகிவிட்டதை அறிந்தார். உடனே அவர் குண்டதிர்ச்சியால் வெருட்சிகொண்டு ஓட்டம் பிடித்தார். குண்டுமாரி நிற்பதற்கு முன்னர் புலிகளின் விசேட படைப்பிரிவுகள் இந்தக் கட்டளை மையங்களை அதிசயிக்கும் விதத்தில் அவற்றை செயலற்றவையாக்கிவிட்டுத் தமது கட்டுப்பாட்டிற்குள் கொண்டுவந்தனர். அன்பரசி பெண்கள் படையணியைச் சேர்ந்த பெண் தளபதி சாவித்திரியும் வினோதன் படையணியைச் சேர்ந்த பாரதிராஜாவும் படுகாயமுற்றனர்.

இன்னுமொரு விசேட படையணி சமர் நடைபெற்றுக்கொண்டிருந்த இடத்திற்கு வெகு தொலைவில் ஜெயம் என்பவர் பயணம் செய்த வாகனத்தைப் பதுங்கியிருந்து தாக்கியழித்தது. கருணாவினால் கதிரவெளியில் உருவாக்கப்பட்ட முதிர்வுறாத, பயிற்சியற்ற கடற்புலிப் பிரிவின் தலைவரே இந்த ஜெயம். ஜெயசிக்குறு படையெடுப்பு நகர்வை மேற்கொண்டபோது புலிகளின் மிகச் சிறந்ததாகத் தேர்ந்தெடுக்கப்பட்ட காலாற்படை அமைப்பே ஜெயந்தன் படைப்பிரிவாகும். ஜெயந்தன் படைப்பிரிவால் கருணாவின் படைகள் முடக்கப்பட்டன. சனிக்கிழமை காலை கருணாவிற்கெதிரான புலிகளின் மட்டக்களப்பு அரசியல் பிரிவுத் தலைவர்கள் வன்னிக்குச் சென்றனர். ஒலிபெருக்கி மூலம் கருணாவின் படையணியைச் சேர்ந்தவர்களைக் கடற்கரைக்கு அண்மையில் உள்ள குறிப்பிட்ட சில இடங்களில் கூடுமாறு அறிவிக்கிப்பட்டது. நண்பகல் மட்டும் 300 இற்கும்

அதிகமானவர்கள் தங்கள் ஆயுதங்களுடன் சரணடைந்தனர்.

இந்நடவடிக்கைகள் அனைத்தையும் நடத்தியவர் தம்பிராஜா ரமேஸ். இவர் கருணாவின் முன்நாள் உப தளபதியாவார். இவ்வாரம் இவர் கேணல் என்ற உயர் நிலைக்கு பதவியுயர்த்தப்பட்டுள்ளார் என்பது குறிப்பிடத்தக்கது. அதேவேளை ஜெயந்தன் அணியின் முன்னேற்றத்தைத் தடுக்குமுகமாக ஜிம்கெலி தாத்தாவினதும் றொபேட்டினதும் தலைமைகளில் துணைப் படைப்பிரிவுகளைக் கருணா அனுப்பிவைத்தார்.

வாகரையிலுள்ள கருணாவின் படைகளின் விநியோகப் பாதைகளைத் துண்டிக்கும் முகமாகப் புலிகளின் விசேட படையணிகள் சனிக்கிழமை இரவு பிரதான இடங்களில் தாக்குதல்களை நடாத்தின. பகல்வேளையில் புலிகளின் தேசியப் புலனாய்வு நிலையத்தில் செயற்படும் உளவியல் செயற்பாட்டுப் பிரிவு உட்பகை சார்ந்த போரின் பயனற்ற தன்மையைப் பற்றி உரையாடல்களைத் தொடங்கின. எனவே சனிக்கிழமை பின்னிரவு றெஜியாலும் றொபட்டாலும் ஒழுங்கு செய்யப்பட்ட 2 எதிர்தாக்குதல்களும் தோல்வியில் முடிந்தன. ஞாயிறு காலை கருணாவின் படைகள் வாகரையை விட்டு சிதறியோடித் தொப்பிகலவுக்குப் பின்வாங்கின. கருணாவின் படையணிகளைத் தேடிக் கொண்டுவரும் புலிகள் யு-11 பாதையைப் பாரியளவில் கடப்பதைத் தடுத்து நிறுத்தும் பொருட்டு சிறீலங்கா படையின் கூடுதல் படைப்பிரிவுகளை யு-11 பாதையில் நிலைகொள்ள வைக்கப்பட்டன.

இதேவேளை, அம்பாறை மாவட்டத்தின் புலிகளின் இராணுவ பிரிவின் தளபதியும் கருணாவின் எதிர்க்கிளர்ச்சியின் போது வெளிநாட்டிற்குச் சிகிச்சைக்காகச் சென்றவருமான ஜனார்த்தனின் தலைமையில் புலிப்படை பிரிவு ஒன்று ஞாயிற்றுக்கிழமை இரவு மட்டக்களப்பின் தெற்கில் 76 கி.மீற்றர் தொலைவில் அமைந்துள்ள திருக்கோவிலுக்கு வந்து சேர்ந்தது. அம்பாறை மாவட்டத்தின்

புலிகளின் அரசியற் பிரிவின் தலைவர் குயிலின்பனும் உளவியல் நடவடிக்கைப் பிரிவினரும் ஜனார்த்தனுடன் வந்திருந்தனர். அவர்கள் விடுதலைப்புலிகளின் கஞ்சிகுடிச்சாறில் அமைந்துள்ள தளத்துடனும் வானொலித் தொடர்பை ஏற்படுத்தினர். 24 மணித்தியாலங்களுக்கு மேற்பட்ட தொடர்ச்சியான கலந்துரையாடல்கள், விவாதங்கள், எதிர்வாதங்கள், மனமாற்றங்களுக்குப் பின்னர் அனைத்துப் பிரிவுத் தலைவர்களும் புலிகளுடன் மீண்டும் இணைய ஒத்துக்கொண்டனர். ஒரு துவக்குசூடாவது சுடப்படவில்லை. அது ஓர் உளவியல் செயற்பாட்டின் வெற்றியாகும்.

கருணாவினுடைய முன்னாள் இராணுவ புலனாய்வுப் பிரிவின் முக்கியஸ்தரான ரமணவால் தலைமை வகித்துச் செல்லப்பட்ட புலிகளின் குழு ஒன்று வாகரையில் பெரிய வெள்ளிக்கிழமை அன்று மேற்கொள்ளப்பட்ட தாக்குதலுக்கு முன்னர் மட்டக்களப்பு மாவட்டத்தின் தெற்கு பகுதிகளுக்குள் பிரவேசித்துக் கடற்கரை அப்பாலுள்ள நிலப்பரப்புகளின் பெரும்பாலான பகுதிகளைத் தமது கட்டுப்பாட்டை நிலைகொள்ள செய்தது. அதே வேளை இயக்கத்தைக் கைவிட்ட தளபதி வாகரையினதும், அம்பாறை மாவட்டத்திலுள்ள தமிழ் பிரதேசங்களினதும் வீழ்ச்சியையிட்டு தாறுமாறாகக் குழப்பமடைந்தார். ஆனால் அவர் தொப்பிகலவில் தான் பாதுகாப்பாக இருப்பதாக இன்னமும் நம்பினார்.

கருணா தனது பாதுகாப்பு நடவடிக்கைகளைத் திட்டமிட்டுக்கொண்டிருந்த மேற்கு வடமேற்கு பகுதியில் அமைந்துள்ள இரகசிய முகாமை நோக்கி ஞாயிற்றுக்கிழமை இரவு புலிகளின் விசேட படையணிகளின் தாக்குதல்கள் 2 நடைபெற்றன. இது கட்சிமாறிய தளபதிக்கும் அவரது சகாக்களுக்கும் பேரதிர்ச்சியைக் கொடுத்தது. இந்த 2 தெரிவு செய்யப்பட்டுத் துல்லியமாக மேற்கொள்ளப்பட்ட தாக்குதல்களும் கருணாவை பெரும் பீதிக்கும் குழப்பத்துக்கும் ஆளாக்கியது. தன்னுடைய பாதுகாப்பு மையங்களுக்குப் புலிகளின் விசேட படையணிகள் ஊடுருவி வந்தமை அவரால்

புரிந்துகொள்ளமுடியாத புதிராகவே அவருக்கிருந்தது. அவர்கள் துரிதமாக நகர்வுகளை மேற்கொண்டனர். இந்த புது போர்முறைகளைக் கருணா அவர்கள் அடிக்கடி செல்லாத வன்னியில் ஒரு தெளிவற்ற முறையில் கேள்விப்பட்டிருந்த போதிலும் அதுபற்றி ஆழமாகச் சிந்தித்துப் புரிந்துகொள்வதற்கான அவகாசமும் நேரமும் அக்கணத்தில் அவருக்கு இருக்கவில்லை.

தரவை - வடமுனை காடுகளில் அமைந்துள்ள பிரதான முகாம்களின் பிரிவுத் தளங்கள் மீது தொடுக்கப்பட்ட விசேட படையணியின் தாக்குதல்களும் உளவியல் செயற்பாடுகளும் கருணாவைக் கிலிகொள்ளச் செய்து, எத்தகைய சந்தர்பங்களிலும் தனக்கு விசுவாசமாக இருப்பார்கள் என்ற எதிர்பார்ப்பும் குலையவே, அவர் தனது படையணிகள் மீது கொண்டிருந்த பிடியை இழந்தார். ஞாயிற்றுக்கிழமை இரவு கொள்கை மாறிய தளபதி கிட்டத்தட்ட 12 நண்பர்களுடனும் லெப்ரினன்களுடனும் மட்டக்களப்பை விட்டு தப்பி ஓடினார். கிழக்கு மாவட்டத்தின் புலிகளின் பெண்கள் படைப்பிரிவின் தளபதியாகிய நிலாவினியும் இவர்களுடன் சேர்ந்து மட்டக்களப்பை விட்டுத் தப்பி ஓடினார். இவருடைய குறுகிய கால ஆயுளைக்கொண்ட எதிர்புரட்சி உண்மையிலேயே புலிகளுக்கு உதவியது என்றே சொல்லலாம்.

ஏனெனில், அவர்கள் சிறீலங்காவின் அரசியல் இராணுவச் சமன்பாடுகளுக்கு மேலாக ஒரு பலம்வாய்ந்த தடத்துடன் தங்களை வெளிக்காட்ட இது உதவியது என்று துணிந்து கூறலாம். “நாங்கள் கருணாவை, எங்களுடைய தலைவரின் பணிப்புரைகளுக்கு அமைவாக இரத்தம் சிந்தாமல் வெளியேற்றவே எங்களது நடவடிக்கைகளைத் திட்டமிடுகிறோம். எதிர்காலத்தில் அவர்கள் கனவிலும்கூட எதிர்ப்புக்கொடி தூக்குவதற்குச் சிந்திக்காத வண்ணம் நாங்கள் எங்கள்; செயற்பாட்டைச் செய்துமுடிப்போம்”. என்று கேணல் ரமேஸ் ஒரு சந்தர்ப்பத்தில் கூறினார்.

புலித்தலைவரைத் தான் எதிர்த்து நிற்கப்போவதாக கருணா பிரகடனப்படுத்தியபின் ஊடகங்கள் வெளிக்கொண்டு இவரை போற்றிப் புகழும்போதுகூட கருணா இன்று ஒரு சிறந்த தளபதியாக்கிய அவரது குருமாரையும், அவரை இந்நிலைக்கு உருவாக்கிய அறிவுரையாளர் மனோ மாஸ்ரர் அவர்களையும் அவர்கள் மறந்துவிட்டனர்போலும். அவர்கள் மட்டுமல்ல உள்நாட்டு வெளிநாட்டு அரசியல் ஆய்வாளர்களும்கூட இதனைக் கவனத்தில்கொள்ளவில்லை. கருணாவை உருவாக்கியவர்கள் அனைவரும், மனோ மாஸ்ரர் உட்பட, அவரை நிராகரித்துவிட்டார்கள். கருணா தோற்கடிக்கப்பட்ட முறை புலிகளால் இரண்டு வருடங்களுக்கு முதல் போர்நிறுத்த ஒப்பந்தத்தில் கையொப்பமிட்ட காலந்தொட்டு அவர்கள் எவ்வளவு தூரம் துணிவும் வீரமும்கொண்டு வளர்ந்திருக்கிறார்கள் என்பதை ஒரு சிறிய அளவில் வெளிக்காட்டுகிறது.

கடந்த 2 வருடங்களின்போது பிரபாகரனால் உருவாக்கப்பட்ட விசேட படையணிகளும் உளவியல் செயற்பாடுகளுக்கான பிரிவுகளும் எத்துணை வல்லமை பொருந்தியவை என மூத்த புலிகளின் தளபதியாக இருந்த கருணாவிற்குக்கூடத் தெரிந்திருக்கவில்லை. பிணக்குக்கு நியாயப்பூர்மவான தீர்வை எட்டுவதற்குப் பதிலாக சிங்கள அரசு, சீர் செய்ய முடியாதுபோல் தோற்றமளிக்கின்ற விருப்பு மனச்சார்புடைய கொள்கைகளையே பேணி வளர்த்துவந்துள்ளது. அதனால்தான் அது தமிழர் பக்கம் இருக்கின்ற பிழையான குதிரையை அவ்வப்போது ஊக்குவித்து வருகின்றது. எவரும் தன்னை ஒரு ஒட்டுண்ணியாகப் பாவிக்க முடியாதபடி வேலுப்பிள்ளை பிரபாகரன் அவர்கள் எப்பொழுதுமே ஆயத்த நிலையிலேயே
இருந்துகொண்டிருக்கிறார்.

இந்திய கடற் பாதுகாப்பு வலயத்தில் சிறிலங்கா

உபகண்டத்தை புவியியல் ரீதியாக இரண்டாகப் பிரிக்கலாம். ஒன்று இந்தியப் பெருநிலப்பரப்பு, மற்றது இந்தியக் குடாநாடு (**Peninsular India**) போன கிழமை நேபாளம், பூட்டான், சீக்கிம், காஷ்மீர் ஆகியவை தொடர்பாக இந்தியா கொண்டிருந்த, கொண்டுள்ள பாதுகாப்புக் கரிசனைகள் பற்றியும் அவற்றையொட்டி அது செய்து கொண்ட உடன்படிக்கைகள், நடவடிக்கைகள் என்பன பற்றியும் பார்த்தோம்.

பங்களாதேஷ் உட்பட மேற்படி நாடுகள் அனைத்தும் இந்திய பெருநிலப்பரப்பின் பாதுகாப்பு வலயமென டெல்லியின் கேந்திரத்திட்டமிடலாளர் கொள்வதின் அங்கங்களாகும். இந்தியாவிற்குச் சுதந்திரம் கிடைத்த காலத்திலிருந்து வடபாலுள்ள பெருநிலப் பரப்பின் எல்லைகளையே டெல்லி ஆட்சியாளர் தமது நாட்டின் பாதுகாப்பிற்கு இன்றியமையாதபடி வலுப்படுத்திட வேண்டிய பிராந்தியமாகக் கருதி வந்தனர். பெருநிலப்பரப்பின் மேற்கிலும் கிழக்கிலும் பாகிஸ்தான் (**இன்றைய பங்களாதேஷ் அன்றைய கிழக்குப் பாகிஸ்தான்**) வடக்கிலும் கிழக்கிலும் சீனா என இந்தியாவுடன் கடுமையாக முரண்பட்ட இருநாடுகள் அமைந்திருந்தன. பிரித்தானியர் தன்னாட்சி கொடுத்துச்சென்ற கையோடு காஷ்மீரை கைப்பற்றுவதற்காக இந்தியாவும் பாகிஸ்தானும் போரிட்டன. பின்னர் எல்லைச்சிக்கல் காரணமாக இந்தியாவிற்கும் சீனாவிற்கும் போர் மூண்டது. இதில் இந்தியப்படைகளை சீன இராணுவம் தோற்கடித்தது.

இந்தியப் பெருநிலப்பரப்பில் இங்ஙனமாக போர்களும், உரசல்களும், கடும் முரண்பாடுகளும் நீண்டகாலமாகத் தொடர்ந்தன.

இதனால் தவிர்க்க முடியாதபடி இந்தியாவின் பாதுகாப்பு பற்றிய கவனம் பெருமளவு தனது பெருநிலப் பரப்பின் வடக்கு, மேற்கு, கிழக்கு எல்லைகளிலேயே குவிந்திருந்தது. பெருநிலப்பரப்பிற்கிருந்த நேரடி அச்சுறுத்தல்கள் காரணமாக தனது தரைப்படைகள், வான்படை என்பவற்றின் வளர்ச்சியிலேயே இந்தியா ஆரம்பத்தில் அதிக நாட்டம் செலுத்திற்று.

ஆனால் இந்தியாவின் பெருநிலப்பரப்புப் போலன்றி அதன் குடாநாடு எதுவித நேரடி அச்சுறுத்தலையும் கொண்டிருக்கவில்லை. அதன் கிழக்குப் புறம் வங்களா விரிகுடா, மேற்காக அரபிக் கடல் தென்புறம் பாக்குநீரிணை, இலங்கை, மாலைதீவு என்பன அமைந்துள்ளன. இதில் வங்காள விரிகுடாவில் தோன்றக்கூடிய எந்த அச்சுறுத்தலையும் கண்காணிக்கவும் அதனூடாகச் செல்லும் கடற்பாதைகளைக் கண்காணிக்கவும் மிக ஏதுவான அந்தமான் நீக்கோபார் தீவுகள் இந்தியாவின் கையில் உள்ளன.

மேற்குப்புறமாக அரபிக் கடலில் உள்ள இலட்சத் தீவுகளும் இந்தியாவின் கையிலேயே உள்ளன. இவ்விரு இடங்களையும் போரியல் நோக்கில் அது பேணி வந்துள்ளது. இந்த இரு இயற்கையான பாதுகாப்பு அரண்களும் இந்தியக் குடாநாட்டின் பாதுகாப்பிற்குப் போதுமென்ற கருத்தே ஆரம்பத்திலிருந்து டெல்லி ஆட்சியாளர் மற்றும் கேந்திரத்திட்டமிடலாளர் ஆகியோரின் எண்ணமாக நிலவிற்று. இதற்கு மாறாக இந்தியாவின் பாதுகாப்பிற்கு பரந்துபட்ட இந்து சமுத்திரப் பிராந்தியம் அனைத்திலும் அது ஆதிக்கம் செலுத்திடக்கூடிய முறையில் வளர்ச்சியடைவது இன்றியமையாததாகும் என கே.எம். பணிக்கர் என்ற தென்னிந்திய அறிஞர் வலியுறுத்தினார்.

1945 இல் சுதந்திர இந்தியாவின் கடற்பலம் எங்ஙனம் அமைய வேண்டும் என அவர் எழுதிய நூலில் மொறிசியஸ்தீவு, சிங்கப்பூர் செங்கடலின் நுழைவாயிலில் அமைந்துள்ள ஏடன் **(Aden)** (துறைமுக நகரம் மற்றும் சொக்கோட்ரா தீவு (ளுழஉழவசய) என்பன இந்தியாவின் பிடிக்குள் இருப்பதும், பர்மா **(தற்போதைய மியன்மார்)** இலங்கை என்பவற்றை இந்தியாவின் அரசியற் செல்வாக்கிற்குட்பட்ட நாடுகளாக்குவதும் அதன் வருங்காலப் பாதுகாப்பிற்கும் வளர்ச்சிக்கும் அவசியம் என வாதிட்டார். 16 ஆம் நூற்றாண்டில் கடல் மீது தன் ஆதிக்கத்தை இந்தியா இழக்கும் வரை அது தன் சுதந்திரத்தை இழக்கவில்லை எனப் பணிக்கர் எழுதினார்.

16 ஆம் நூற்றாண்டில் இந்தியக் கடலின் அதிபதிகளாக இருந்தவர்கள் சாமூதிரிகள் என்ற கேரளக் கரையோரத்தை ஆண்ட சேரமன்னர் வழிவந்த அரசர்கள் என்பதும், வட இந்திய உயர்சாதிகளிடையே கப்பலேறுவது, கடல் கடப்பது என்பன செய்யப்படத்தகாத பாவமாகக் கருதப்பட்டன என்பதும் பணிக்கர் தனது இந்தியத் தேசிய விடுதலை உணர்வு காரணமாக கூறாது விட்ட விடயங்களாகும். **(புறநானூறு, பதிற்றுப்பத்து ஆகிய சங்க நூல் ஏடுகளைத் தேடிப் பதிப்பிக்க முற்பட்டவேளையில் பண்டைய சேர மன்னர் சிலர் கடலோட்டிய, கடல் பிறக்கோட்டிய என்ற பட்டங்களுடன் குறிப்பிடப்பட்டிருந்ததாகவும் சாமூதிரி மன்னர்கள் பற்றி தனது கேரள நண்பர் ஒருவருடாகத் தெரிய வந்தபோது இது என்ன என்பது பற்றித் தனக்குத் தெளிவேற்பட்டதாகவும் உ.வே. சாமிநாதய்யர் அவருடைய வாழ்க்கை வரலாற்றில் குறிப்பிடுகிறார்)**

இனி விட்ட இடத்திற்கு வருவோம். மேற்படி இந்தியாவின் பாதுகாப்பு உறுதிப்படுத்தப்படவேண்டுமாயின் இந்து சமுத்திரப் பிராந்தியம் எங்கும் அதன் கடலாதிக்கம் நிலை நிறுத்தப்பட வேண்டும் என கே.எம்.பணிக்கர் கூறிய கருத்து பெருநிலப்பரப்பு மையப்பட்ட வட இந்திய கேந்திரத்திட்டமிடலாளரிடம் நீண்டகாலம் பெரிதாக எடு

படாமலேயே போயிற்று.

இந்தியா தனது கடல் எல்லைகளை வரையறுப்பதற்கும் அவற்றைப் பாதுகாக்க நடவடிக்கை எடுப்பதற்குமான தேவை முதன் முதலில் 1965 இல் ஏற்பட்டது. இவ்வாண்டு இந்தியாவிற்கும் பாகிஸ்தானுக்குமிடையில் போர் மூண்டபோது இந்தோனேசிய அரசு பாகிஸ்தானுக்கு ஆரவாக தனது கடற்படையை அனுப்ப முனைந்ததோடு மட்டுமல்லாமல் இந்தியப் படைத்தலைமையை திசை திருப்பிடும் நோக்கில் அந்தமான் நிக்கோபர் தீவுகள் மீது படையெடுக்கப்போவதாகவும் சைகை காட்டிற்று. அத்துடன் பாகிஸ்தானுக்கு சில சண்டை வானூர்திகளை அனுப்புவதற்கு ஏதுவாக இலங்கையின் வான்படைத் தளங்களை பயன்படுத்த இந்தோனேசிய அரசு அனுமதி கோரிற்று. இந்து மாகடலின் பெயரை இந்தோனேசிய சமுத்திரம் என மாற்றவேண்டும் என்றும் அது கூறிற்று. இந்தோனேசியாவின் இந்தச் செயலே இந்திய ஆட்சியாளரை முதன் முறையாக வங்கக்கடலில், குறிப்பாகத் தென்கிழக்காசியாவின் நுழைவாயில் பிராந்தியமான அந்தமான் நிக்கோபர் தீவுகளையும் தனது கிழக்குக் கரையை அண்டிய ஆழ்கடலையும், பலப்படுத்திடக்கூடிய கடற்படை விரிவாக்கத்தைப் பற்றி எண்ண வைத்தது எனலாம். ஆயினும் அதே ஆண்டிலேயே இந்தோனேசியாவில் இராணுவப் புரட்சி மூலம் பதவிக்கு வந்த அரசு இந்திய விரோதப் போக்கை கைவிட்டதால் டெல்லி ஆட்சியாளர் இந்தியப் பெருநிலப்பரப்பின் பாதுகாப்பு சிக்கல்களில் மீண்டும் தம் கவனத்தை குவிக்கலாயினர். ஆனால் இப்போக்கு 1971 இந்திய – பாகிஸ்தான் போர் காரணமாக முற்றாக மாறிற்று. அப்போரில் கிழக்குப் பாகிஸ்தானில் (**பங்களாதேஷ்**) அந்நாட்டின் படைகளை முறியடிக்க இந்தியாவிற்கு உதவிய முக்கியமான விடயம் அதன் கடற்படைப்பலமே. "அந்தமான் நிக்கோபார் தீவுகள் எமது கையில் இருந்தமையாலேயே நாம் கிழக்குப் பாகிஸ்தான் படைகளை தனிமைப்படுத்தி அவற்றின் மூலாதாரமாக இருந்த கடல்வழி வழங்கற் பாதைகளை முற்றாக துண்டிக்கக்கூடியதாயிற்று" என அப்போரில் பங்குபற்றிய இந்திய கடற்படைத் தளபதி

கூறுகிறார். இப்போரின்போது வங்காள விரிகுடாவினுள் அமெரிக்கா பாகிஸ்தானுக்குச் சார்பாக தனது விமானந்தாங்கிக் கப்பலொன்றை அச்சுறுத்தலாக அனுப்பிவைத்த சம்பவமும் வங்காள விரிகுடாப் பிராந்தியத்தில் தனது நிலையை போரியல் ரீதியாகவும், பொருளாதார ரீதியாகவும் வரையறுத்து வலுப்படுத்திட இந்தியாவைத் தூண்டிற்று.

1971 இந்தியப் பாகிஸ்தான் போரின் போது கிழக்குப் பாகிஸ்தான் மீது இந்திய கடற்படை கடற்தடை (**Naval Blockade**) போட்ட போது பாகிஸ்தான் வான்படை இங்கு வந்து எரிபொருள் நிரப்பிச்செல்ல சிறீலங்கா அனுமதித்தது. இது டெல்லிக்கு பெரும் கடுப்பை உண்டாக்கிற்று. அதுமட்டுமன்றி பங்களாதேஷ் போருக்குப் பின்னர் இந்தியாவின் படைத்துறை வளர்ச்சி மற்றும் கடலாதிக்கம் என்பவற்றை கண்டு கவனங்கொண்ட சிறீலங்காவின் வெளியுறவுக்கோட்பாட்டாளர் சீனாவுடன் கடற்படை சார் உறவுகளை வளர்த்தெடுக்கத் தலைப்பட்டனர். வங்காள விரிகுடாவில் 1971 இன் பின்னர் இந்தியா எடுக்க முனைந்த கடலாதிக்கப் போக்கினை தனது கடற்பிராந்தியத்தில் ஓரளவாயினும் சமநிலைப் படுத்தும் உள்விருப்பில் சிறீலங்கா சீனாவிடம் கடற்படைக் கலங்களை வாங்கிற்று. இந்தியாவின் கடல் விரிவாக்க நோக்கங்கள் பற்றி ஸ்ரீலங்கா ஆட்சியாளர் கொண்டிருந்த சஞ்சலங்களை சீனா தனக்குச் சாதகமாகப் பயன்படுத்தத் தவறவில்லை.

1971 பங்களாதேஷ் போரின்போது பாகிஸ்தான் வான் படைக்கு எரிபொருள் நிரப்பிக் கொண்டு களமுனை செல்ல சிறீலங்கா அனுமதித்தமை டெல்லிக்கு எரிச்சலூட்டியபோதும் திருமதி சிறிமாவோ பண்டாரநாயக்காவின் அரசு அமெரிக்க ஏகாதிபத்திய எதிர்ப்புக் கோட்பாட்டைக் கடைப்பிடித்தமையாலும் அவருக்கும் இந்தியப் பிரதமர் இந்திராகாந்தி, உயர்டெல்லி அதிகாரிகள் ஆகியோருக்குமிடையில் நெருங்கிய உறவு இருந்தமையாலும் இந்து சமுத்திரப் பிராந்தியம் சம்பந்தப்பட்ட பொதுவிடயங்களில்

இரு நாடுகளுக்குமிடையில் உடன்பாடு நிலவியது.

இக்காலகட்டத்தில் இந்து சமுத்திரப் பிராந்தியத்தில் அமெரிக்காவின் கடலாதிக்க வளர்ச்சி பற்றியே இந்தியாவும் அதன் நேச நாடான சோவியத் யூனியனும் பெரும் அக்கறை கொண்டிருந்தன. அமெரிக்கா டியுகோ கார்சியா தீவில் அணு ஆயுதங்களையும் அணுவாயுதக் கப்பல்களையும் நிறுத்தி வைப்பதற்கான தளத்தை நிறுவியது. இது இந்தியாவுக்கு பெரும் அச்சுறுத்தலை அக்கால கட்டத்தில் ஏற்படுத்திற்று. இதனாலேயே சிறீலங்காவை அமெரிக்க எதிர்பணியில் தன்னோடு அணைத்துச் செல்வதிலும் சிற்சில விட்டுக்கொடுப்புகள் மூலம் அதற்குத் தன்பால் சில கடப்பாடுகளை ஏற்படுத்துவதிலும் அப்போது இந்தியா கவனமாக இருந்தது.

இதுவரை காலமும் தனது பெருநிலப்பரப்பின் பாதுகாப்பு வலயத்திலேயே குறியாக இருந்த இந்தியாவின் பார்வை இக்காலப்பகுதியில்தான் தனது தெற்குத் கடலெல்லைப் பக்கம் திரும்பிற்று. இதன் விளைவாகவே இந்து சமுத்திரச் சமாதானப் பிராந்தியம் என்ற கோட்பாட்டை ஐக்கிய நாடுகள் பொதுச் சபையின் தீர்மானமாக நிறைவேற்றிட இந்தியாவும் சோவியத் யூனியனும் முனைந்தன. இந்தத் திட்டத்தினுள் அவை சிறீலங்காவை வெற்றிகரமாக உள்வாங்கின.

இந்து சமுத்திரப் பிராந்தியத்தில் அமெரிக்கக் கடலாதிக்கத்திற்கெதிரான மேற்படி தீர்மானம் சிறீலங்காவினால் முன்மொழியப்பட்டு நிறைவேற்றப்பட்டது.

இதை மேலும் வலுவூட்டும் வகையில் 1976 ஆம் ஆண்டு கொழும்பில் நடைபெற்ற அணி சேரா நாடுகளின் உச்சிமாநாட்டின்போது சிறீலங்கா, இந்தியா என்பவற்றின் முயற்சிகாரணமாக டியாகோ கார்சியா தீவில் அமெரிக்காவின் படைத்தளம் இந்து சமுத்திரப் பிராந்தியத்தில் உள்ள நாடுகளின் இறைமைக்கும் பிராந்திய

ஒருமைப்பாட்டிற்கும் பெரும் அச்சுறுத்தலாக அமைந்துள்ளதாக ஒரு கடுமையான அமெரிக்க எதிர்ப்புக் கண்டனம் நிறைவேற்றப்பட்டது.

இந்து சமுத்திரப் பிராந்தியத்தில் அமெரிக்க அணு ஆயுதத்தளம் அமைக்கப்பட்டமையும் 1971 இந்திய பாகிஸ்தான் **(பங்களாதேஷ்)** போரும் இந்தியாவிற்கு தன் கடற்பாதுகாப்பு வலயம் பற்றிய பெரும் அக்கறையை உண்டாக்கின என ஏலவே கண்டோம். இந்த அக்கறையின் முக்கிய வெளிப்பாடாக வங்காள விரிகுடாவில் குறிப்பாக இலங்கையைச் சுற்றிய கடற்பிராந்தியத்தில், தனது எல்லைகளை இந்தியா சட்டரீதியாகவும் பாதுகாப்பு நோக்கிலும் வரையறுத்துக் கொண்டது.

இதன் முதற்படியாக 1974 ஆம் ஆண்டு ஜூன் மாதம் 20 ஆம் திகதி கொழும்பிலும் 28 ஆம் திகதி டெல்லியிலும் இலங்கை - இந்தியக் கடல் எல்லை ஒப்பந்தம் கைச்சாத்திடப்பட்டது. இதில் கச்சதீவை விட்டுக்கொடுத்ததன் மூலம் இலங்கையை தன்பால் நிரந்தர கடமைப்பாடு கொள்ளவைத்தது இந்தியா. அமெரிக்கா, சீனா ஆகியவற்றின் பக்கம் சிறீலங்கா சாய்ந்திடாமல் இருக்க இந்தியா சிங்கள ஆட்சியாளர்களுக்கு வழங்கிய ஒரு வகை நிரந்தர கையூட்டுதான் கச்சதீவு எனலாம். இதையடுத்து 1976 இல் மன்னார் வளைகுடா, பாக்குநீரிணை, இராமர் அணை **(தீடை)** ஆகிய கடற்பகுதிகளில் எல்லைகள் மிக விரிவாக வகுக்கப்பட்டன. **(இவ்வொப்பந்தத்தில் இவை பாகைகளில் வரையறுக்கப்படுகின்றன)** 1976 நவம்பர் மாதம் மன்னார் வளைகுடாவில் இந்தியா, இலங்கை, மாலைதீவு ஆகிய மூன்றுக்குமான ஒரு முச்சந்திப் பொது எல்லையை வரையறுக்கும் ஒப்பந்தமும் கைச்சாத்தாகிற்று **(Tri- junction agreement)** 1976 இந்திய இலங்கை கடல் எல்லை ஒப்பந்தத்தைச் சட்டமாக்கும் வகையில் சிறீலங்கா அரசு கடற் பிராந்தியச் சட்டம் இல 22 என்பதை ஏற்படுத்தியது. இதில் வெளிநாட்டுப் போர்க்கப்பல்கள் இலங்கையின் முன் அனுமதியின்றி அதன் கடல் எல்லைக்குள் பயணிக்கமுடியாது எனக் கூறப்பட்டது.

இவ்வாறாக இலங்கையை தனது தென் கடல் மற்றும் வங்காள விரிகுடா சார்ந்த பாதுகாப்பு வலயத்தினுள் கொண்டுவந்து அமெரிக்காவின் இந்து சமுத்திர மேலாதிக்கத்தை மட்டுப்படுத்திடலாம் என்ற இந்தியாவின் எண்ணத்தில் மண் விழ நீண்ட காலம் எடுக்கவில்லை.

04.01.2004

நெருக்கடிக்குள் உள்ளதா தமிழ்த் தேசியம்?

தமிழ் தேசியக் கூட்டமைப்பைச் சேர்ந்த நாடாளுமன்ற உறுப்பினர் ஒருவருடன் பலதையும் பத்தையும் பற்றி ஒரு முறை பேசிக்கொண்டிருந்தபோது அவர் 'நான் எதுவந்தாலும் தேசியத்தின் பக்கந்தான். நாம் தேசியத்தை கடைசிவரை விட்டுக்கொடுக்க முடியாது' எனக் கூறினார். தேசியம் எனப் பேசும்போது நீங்கள் எதைக் கருதகின்றீர்கள்? எதை விளங்கிக் கொள்கின்றீர்கள்? என அவரிடம் கேள்வி கேட்டு உரையாடிய அப்போது சூழ்நிலை அனுமதிக்கவில்லை. ஆயினும் அங்குமிங்குமாகத் தொடர்கின்ற பயணங்களின் தனிமையில் இக்கேள்வியை அசை போட்டபோது மேலும் சில கேள்விகளும், எண்ணங்களும் தோன்றின. தமிழ் தேசியம் பற்றிய ஒரு மறுபார்வையை வேண்டி மேற்படி கேள்விகளையும் எண்ணங்களையும் உங்களிடம் சமர்ப்பிக்கின்றேன்.

முதலாவது தமிழ்தேசியம் என்றால் புரிந்து கொள்ளப்படுவது என்ன? நான் மேற்குறிப்பிட்ட கூட்டமைப்பு நாடாளுமன்ற உறுப்பினரைப் போல் தேசியம் பேசுகின்றவர்கள் அதற்கேதாவது வரைவிலக்கணம் வைத்திருக்கின்றார்களா? தமிழ் தேசியம் என்பது ஒரு கருத்தியலா? அதாவது இதுதான் தமிழ் தேசியம் என நாம் அனைவரும் இனங்கண்டிடக் கூடிய கருத்துக்களின் தொகுப்பா? அல்லது அது தமிழராய் தம்மைக் கருதுகின்ற ஒவ்வொருவரிடமும் இருக்கக்கூடிய ஒரு சமூக உள்ளுணர்வா? அல்லது தமிழ் மொழியைத் தம் தாய் மொழியாகக் கருதுகின்ற அனைவரிடமும் நாடு, மதம் எனும் பேதங்களை மேவி பரந்து கிடக்கின்ற ஒரு உளப்பாங்கு எனத் தமிழ்த் தேசியத்தை நாம் கூறலாமா?

இந்த உணர்வு அல்லது உளப்பாங்கு தமிழர் எனத் தம்மைத் கருதுகின்ற அனைவரிடமும் இன்று காணப்படுகிறதா? அன்றி இலங்கையின் வடக்குக் கிழக்கில் வாழ்கின்ற தமிழ் இன மக்களிடம் மட்டுமே ஒரு அரசியல் உந்து விசையாக உள்ளதா?

இப்படியான கேள்விகளை நான் அடுக்கிக்கொண்டு போவதற்குக் காரணமுண்டு. எமது உரிமைப் போராட்டத்தின் வெற்றிகளும் சரி. பின்னடைவுகளும் சரி தோல்விகளும் சரி. தமிழ்த் தேசியத்தின் பல்வேறு விளைவுகளாகவேயுள்ளன. உதாரணமாக தமிழ்த் தேசியம் பற்றி தமிழீழ விடுதலைப் புலிகளின் மட்டு. அம்பாறை முன்னாள் சிறப்புத் தளபதி கருணாவிற்கு இருந்த புரிதலும் அவர் ஏற்படுத்திய குழப்பங்களுக்கு ஒரு முக்கிய காரணம் என்றே நாம் கொள்ள வேண்டியிருக்கிறது.

புலிகளால் துரோகிகள் எனக் கண்டிக்கப்படும் மாற்றியக்கத் தலைவர்கள் கூட செய்யாத ஒரு கைங்கரியத்தை அவர் செய்துள்ளார். இலங்கைத் தமிழ்த் தேசியத்தின் அடிப்படையே வடக்கு கிழக்கு ஆகிய சிறீலங்கா அரசின் நிர்வாக மாகாணங்கள் இணைந்த தமிழ் பேசும் மக்களின் பாரம்பரிய தாயக பூமி எனும் கருத்தாகும். இது இலங்கைத் தமிழ்த் தேசியத்தின் கேள்விக்குட்படுத்த முடியாத கருத்தாக, நம்பிக்கையாகக் கடந்த 56 ஆண்டுகளாக நிலைத்து வந்துள்ளது. நான் அறிந்தவரை சிறீலங்கா படைகளோடு இன்று முற்றாகச் சங்கமமாகிப் போய்விட்ட ராசீக் குழுவின் தலைவர் கூட தமிழ் பேசும் மக்களுடைய தாயக ஒருமைப்பாடு சிதைக்கப்பட வேண்டுமெனக் குரல் கொடுத்தது கிடையாது. **(சிறீலங்காப் படைகளுடன் இவர் இணைந்து வேலை செய்த போது நடைமுறையில் அவரது செயல் தாயக ஒருமைப்பாட்டை சிதைப்பதற்கே உதவிற்று என ஒருசாரார் கூறலாம். ஆனால் இங்கு வலியுறுத்த முனையும் விடயத்திற்கு ராசீக் கிழக்கைப் பிரி என அறிக்கை மேல் அறிக்கைவிட வில்லை என்பது தான் முக்கியம்).** எம்மைப் போன்றவர்கள் ஒரு காலத்தில் மட்டக்களப்பிற்கெனத் தனி இயக்கம் தொடங்கிய போதும் அதை தமிழ் பேசும் மக்களது

தாயக ஒருமைப்பாட்டை காக்கின்ற ஒரு விடுதலை அமைப்பாகவே கருதினோம். பின்னர் விடுதலைப் புலிகள் ஏனைய இயக்கங்களைத் தடை செய்து தாக்குதல்களில் ஈடுபட்டபோதும் தமிழ் பேசும் மக்களின் தாயகத்தை பிரி என்று யாரும் கிளம்பவில்லை. ஆனால் இன்று கிழக்கு தனியாக வேண்டும் என்ற கூச்சலோடு புறப்பட்டுள்ளார் புலிகளின் முந்நாள் தளபதி. தமிழ்த் தேசியத்தில் இன்று ஏற்பட்டுள்ள நெருக்கடியின் பிரதிபலிப்புத்தான் கருணா என்ற நபர். இது மட்டுமன்று இன்று சிங்கள மேலாண்மையாளரால் இனப்படுகொலையின் விளிம்பிற்குத் தள்ளப்பட்ட ஒரு மக்கள் கூட்டத்தை அணி திரட்டி மிக வெற்றிகரமான ஒரு ஆயுதப் போராட்டத்தை நடத்துவதற்கு தமிழ் தேசிய உணர்வும் அதன் வழிப்பட்ட கருத்தியலும் அடித்தளமாயிருந்தன என்ற உண்மை ஒரு புறம்.

அதேவேளை பிராந்தியம், மதம், வர்க்கம் என தமிழ் பேசும் தாயக மக்களை கூறுபோடக் கூடிய அக முரண்பாடுகளை தெளிவுடன் மேவி இல்லாது செய்யக்கூடிய ஆற்றல் மிக்கதொரு கருத்தியலாக தமிழ் தேசியத்தை நாம் வளர்த்தெடுக்கத் தவறியதன் விளைவுகளை நாம் கடந்த கால் நூற்றாண்டுக்கு மேலாகச் சந்தித்து வந்துள்ளோம் என்ற உண்மையை நாம் மறுபுறம் நோக்கவேண்டும்.

முஸ்லிம் மக்களை அந்நியப்படுத்தி சிங்கள மேலாண்மையாளரின் பிரித்தாளும் சூழ்ச்சிக்கு எமது போராட்டம் ஆட்படுவதற்கும் இன்று பிராந்தியப் பிரிவினை பேசும் ஒருவர் உருவாகியதற்கும் அடிப்படைக் காரணம் தமிழ்த் தேசியம் பற்றி எம்மிடையே நிலவி வரும் விமர்சனமற்ற அறிவியல் வரட்டுத்தனமே அன்றி வேறில்லை.

வெளியிலிருந்து இன அழிப்பை நோக்கிய ஒரு இராணுவ அச்சுறுத்தல் தோன்றும் போது அக முரண்பாடுகள் தாமாக மறைந்து போய் சாதி, மதம், பிராந்தியம், வர்க்கம் என்பவற்றை மேவிய ஒரு தமிழ் தேசிய ஒருமைப்பாடு இயல்பாகவும் தானாகவும் தோன்றி விடும் என்ற கருத்தையும் நாம இங்கு நோக்க வேண்டும்.

எதிரி முட்டாளாக இருக்கும் வரைதான் இந்தக் கருத்து சரிப்படும். எம்மிடையே இருக்கின்ற அனைத்து அகமுரண்பாடுகளையும் சிங்கள மேலாண்மையாளர் சரியாகவும் நுணுக்கமாகவும் இனங்கண்டு அதனடிப்படையிலான போரியல் அணுகுமுறையை கைக் கொள்வார்களேயானால் நாம் பல நெருக்கடிகளைச் சந்திக்க வேண்டிவரும். எமது அகமுரண்பாடுகள் போர் தொடங்கியவுடன் தாமாகவே மறைந்துவிடும் என்ற எடுகோளினடிப்படையில் யாரும் செயற்பட முடியாது. சிங்கள மேலாண்மையாளர் எமது அகமுரண்பாடுகளை நுணுகிக் கற்க இன்று முன்நிற்கின்றனர். கருணா புலிகளை விட்டுப் பிரிந்தபோது மட்டக்களப்பினுடைய சாதியமைப்பு, அதன் குடிமுறைகள், அவை யாழ்ப்பாணச் சமூக அமைப்பிலிருந்து எங்கனம் வேறுபடுகின்றன என்பதைப் பற்றி ஒரு ஆய்வரங்கு நடைபெற்றதை நாம் கவனிக்கவேண்டும். **(ஆனால் அதில் உரையாற்றிய பேராசிரியர் கணநாத் ஒபயசேகர கூறிய முடிவுரை ஒழுங்கு செய்தவர்களுக்கு பிடிக்கவில்லை என்பது வேறு விடயம்).**

தமிழ்த் தேசியமானது தமிழ் பேசும் சமூகத்தின் அகமுரண்பாடுகளைத் தீர்த்து அதை சரியான அரசியல் பாதையில் அணிதிரட்டிடக்கூடிய ஒரு கருத்தியலாக வளர்த்தெடுக்கப்படாமல் அதன் பாட்டிலேயே விடப்படுமானால் சந்தர்ப்பவாதிகளின் நுனி நாவில் புரட்டப்படும் ஒரு வெற்றுச் சொற்றொடராக அது இருக்குமாயின் - எதிர்காலத்தில் மீண்டும் நேரடியாகவோ மறைமுகமாகவோ ஏற்படபோகும் இன அழிப்புப்போர் அச்சுறுத்தல் கூட எமது சமூகத்தை ஒன்று திரட்டுவதற்கு போதாததாகிவிடும்.

1983 இலே நாம் மாபெரும் இன அழிப்பு முயற்சி ஒன்றை எதிர்கொண்டோம். சிங்கள மேலாண்மையாளரின் படைகள் தமிழ் பேசும் மக்களின் தாயகத்தை அழிப்பதற்கு முனைப்புடன் நின்ற காலமது. நானும் எனது நண்பர் ஒருவரும் புத்தூர் பகுதியில் ஸ்ரீலங்காப் படையினரின் சுற்றி வளைப்பிலிருந்து தப்பித்துக்

கொள்ள எண்ணி பற்றைக் காடும் கட்டாந்தரையுமாகக் கிடந்த ஒரு பக்கமாக ஒளித்து ஓடினோம். அங்கு ஒரு குக்கிராமம். பொழுது சற்றுச் சாய்ந்ததும் ஊருக்குள் சென்றோம். தண்ணீர் தாகம் எமக்கு. ஆனால் அங்கிருந்தவர்களுக்கு நாம் அவர்களிடமிருந்து நீர் அருந்துவோமா என்று சந்தேகம். வெளியூரவராகிய எமக்கு இது அதிசயமாகவிருந்தது.

எனவே அவ்வூர் மக்களைப் பற்றி அறியும் ஆவலிலும் அரசியல் கூட்டம் ஒன்றை நடத்தும் நோக்கிலும் நாம் அன்றிரவு அங்கேயே தங்கிவிட்டோம். பனி நிலவில் கோப்பாய் வெளியிலிருந்து வீசிய காற்றின் சரசரப்பில் அம்மக்கள் கூறிய கதை தேச விடுதலைக் கனவுகளையே நெஞ்சில் நிறைத்திருந்த எம்மைத் திடுக்கிட வைத்தது. அவர்கள் காணியற்ற விவசாயக் கூலிகள். தமிழ்ச் சமூகத்தின் பெரு விழுமியமெனப் போற்றப்படும் கல்வி அவர்களுக்கு மறுக்கப்பட்டிருந்தது. இதை மீறி அவர்களுக்காக அமைக்கப்பட்ட ஆரம்பப் பாடசாலைகள் எரிக்கப்பட்டன.

இந்த வேளையில் தென்னிலங்கையிலிருந்து அங்கு ஒரு சிங்களப் பௌத்த பிக்கு சென்றார். க.பொ.த. சாதாரண தரம் வரை வகுப்புகள் கொண்ட கல்விக் கூடத்தை அவர் அங்கு நிறுவினார். பிக்குவின் செல்வாக்கிற்குப் பயந்த உயர் குடியினர் அதில் கை வைக்கவில்லை. அவ்வூர் மக்கள் பௌத்தத்தை தழுவினர். சிங்களம் கற்றனர். அவர்களுக்குத் தமிழ் தேசியம் பற்றித் தெரியாது. நாம் திகைத்தோம். எமது தேச விடுதலைப் போராட்டம் என்பது எங்கனம் ஒரு சமூக சாதி ஒடுக்கு முறைகளை உடைத்தெறியும் குறிக்கோளையும் தன்னகத்தே கொண்டுள்ளது என்பன போன்ற பல விடயங்களையும் விளங்கப்படுத்தி அவர்களைப் போன்று இழப்பதற்கு ஒன்றுமில்லாத உழைக்கும் மக்களே ஒரு விடுதலைப் போரின் இறுதி வெற்றி வரை சமரசத்திற்கு இடங்கொடாது போராடுவர் என்பதையும் நாம் எடுத்துரைத்து அம்மக்களோடு அளவளாவி முடித்தபோது சாமக்கோழி கூவிவிட்டது. இப்படியாக யாழ்ப்பாணத்தில் பல

நெருக்கடிக்குள் உள்ளதா தமிழ்த் தேசியம்? ▸ 126

ஊர்கள் தமிழ்தேசியவிடுதலைப் போராட்டத்தோடும் அதன் கருத்தியலோடும், படித்த தமிழ் நடுத்தர வர்க்கங்களிடையே அது அன்று ஏற்படுத்திய உணர்வலைகளோடும் எத்தொடர்புமற்றிருந்தன. யாழ்ப்பாணத்தில் மட்டுமன்று, வன்னியின் சில பகுதிகளிலும் மட்டக்களப்பில் இரு இடங்களிலும் தமிழ் தேசிய எழுச்சியோடு எந்தத் தொடர்புமின்றி சாதியின் பெயரால் ஒடுக்கப்பட்ட மக்கள் இருந்த கதை பல தமிழ் தேசியவாதிகளுக்கு அன்று தெரிந்திருக்கவில்லை. 1983 இல் சிங்கள மேலாண்மையாளர் எம்மண் மீது கட்டவிழ்த்து விட்ட இன அழிப்புப் போர் எம்மிடையே வாழ்ந்த ஒடுக்கப்பட்ட மக்களை இயல்பாகத் தமிழ்த் தேசியத்தின் பால் அணிதிரட்டிடவில்லை. மாறாக, தமிழ் தேசியம் என்பது அன்று கடுமையான மறுபரிசீலனைக்கு உட்படுத்தப்பட்டது. அதை ஒரு குறுகிய படித்த யாழ். நடுத்தர வர்க்கக் கருத்தியல் என்ற நிலையிலிருந்து மாற்றுவதற்கும், அதை அனைத்துத் தமிழ் பேசும் மக்களுக்கான கோட்பாடாக்குவதற்கும், அவர்களுடைய சமூகச் சிக்கல்களை எதிர்கொள்வதற்கு ஏற்றவகையிலும் பலர் தொடர் முயற்சிகளை மேற்கொண்டனர். இதன் விளைவாகவே எமது தாயகத்தின் மூலைமுடுக்குகளிலிருந்த மக்களையெல்லாம் சாதி, மத, பிராந்திய, வர்க்க வேறுபாடுகளுக்கப்பால் சிங்கள மேலாண்மையின் ஒடுக்குமுறைக்கெதிராக அணிதிரட்ட கூடியதாயிற்று.

ஒரு சந்தர்ப்பவாதத் தலைமையின் கையிலிருந்து பறித்தெடுத்து அதன் வீச்செல்லைக்கு அது காலவரை உட்படாதிருந்த மக்களிடமும் அதைக் கொடுக்க எடுக்கப்பட்ட கருத்தியல் முயற்சிகள் இல்லாதிருந்திருந்தால் தமிழ்த் தேசியம் இன்று வரண்டு சுருங்கியிருக்கும்.

திராவிட முன்னேற்றக் கழகம் தமிழகத்தில் ஆட்சி பீடமேறிய போது தமிழ்த் தேசியம் வெற்றிப் பாதையில் அடி எடுத்து வைத்து விட்டதாக அறிஞர் அண்ணாத்துறையும் அவரது சீடர்களும் அன்று கூறினர். நடந்தது என்ன? அதன் பிறகு தான் தமிழகத்தின் பல பகுதிகளிலும் சாதி, வர்க்க ஒடுக்கு முறைகளுக்குகெதிரான

கிளர்ச்சிகள் வெடித்தன. நக்சலைட்டுகளின் **(ஆயுத மேந்திய இடதுசாரிப் புரட்சி அமைப்புகள்)** தலைமையில் தமிழகத்தின் பெரும்பாலான வறிய விவசாயக் கிராமங்கள் அணிதிரண்டன. இது தி.மு.க. பேசிய தமிழ்த் தேசியத்தின் தோல்வியின் வெளிப்பாடே. இந்திய மத்திய அரசின் பார்வை எமது போராட்டத்தின் பக்கம் திரும்புவதற்கு முன்னர் இந்த நக்சலைட்டுகளும் திராவிட முன்னேற்றக் கழகத்தின் சமரசத் தமிழ் தேசிய வெற்றியை நிராகரித்த பெருஞ்சித்திரனார் போன்றவர்களுமே எம்மை தமிழகத்தில் ஆதரித்தவர்கள் என்பதை நாம் நோக்கவேண்டும்.

திராவிட முன்னேற்றக் கழகத்தின் தமிழ்த் தேசியத்திற்கு அடித்தளமாக இருந்த தமிழக நடுத்தர வர்க்கத்திற்கு இன்று தமிழ் மொழியும், பண்பாடும் தனது சமூக எழுச்சிக்கு தேவையற்றவையாகிவிட்டன. அது இன்று ஆங்கில மோகத்தில் மிகக் கேவலமாக உழல்கிறது.

அதன் உச்ச வெளிப்பாடாக சன் டி.வி. தமிழ் மொழியையும் தமிழ் அடையாளத்தையும் படுகொலை செய்து வருகிறது. இங்கு பழமை வாதிகள் போல "ஐயகோ நமது மொழியும் கலாசாரமும் அழிகின்றன" எனப் புலம்புவதில் பயனில்லை. "பழையன கழிதலும் புதியன புகுதலும் வழுவல" என்பது நந்நூலாரின் கருத்து. ஆனால் தமிழ்த் தேசியம் என்பது இன்று அரசியல் கலாச்சார சமரச நிலைக்கு வந்துவிட்ட ஒரு நகர்ப்புற நடுத்தர வர்க்கத்தின் கையிற்சிக்குண்டு தனது போர்க்குணத்தையும் சாதி, மத, பிராந்திய பொருளாதார பேதங்களை மேவிய கருத்தியல் வீச்சையும் இழந்து பரிதவிப்பதை நாம் ஏற்றுக் கொள்ள முடியாது.

உரிமைகளைப் பெறுவதை விட தாம் தற்போது அனுபவிக்கின்ற சலுகைகளைப் பாதுகாப்பதில் தீவிர அக்கறையுள்ள ஒரு வர்க்கத்தின் கையில் தமிழ் தேசியக் கருத்தியல் இன்று சிக்கிக் கொண்டிருக்கிறது. இதன் ஒரு வெளிப்பாடுதான் கருணா என்ற மனிதன். சிங்கள மேலாண்மை மற்றும் மேலைத்தேய

ஏகாதிபத்தியச் சுரண்டல் என்பவற்றுக்கெதிராக தனது அடையாளத்தையும், தனது மொழி, கலாசார சுயமரியாதையையும் பேணுவதில் எந்த அக்கறையுமின்றிக் கிடக்கும் ஒரு படித்த நகர்ப்புற நடுத்தரவர்க்கத்தின் தயவில் தமிழ் தேசியக் கருத்தியல் தங்கியிருக்க நேரிடுமாயின் நமது கதி அதோகதியாகும். எதிர்காலத்தில் சிங்கள பௌத்த மேலாண்மையின் ஒடுக்கு முறையை சந்திக்கவேண்டிய சந்தர்ப்பம் ஏற்படும்போது எமது மக்களை அணி திரட்டக் கூடிய வலுவை இன்று தமிழ்த் தேசியம் இழந்து வருகிறது.

மேல் நிலையாக்கமடைந்து வரும் நமது நடுத்தர வர்க்கங்கள் தமது குழந்தைகளுக்கு வைக்கும் கோமாளித்தனமான அர்த்தமற்ற பெயர்களும், சன் டி.வி. கலாசாரமும் தமிழ்த் தேசியத்தின் எதிர்கால நெருக்கடியை எதிர்வு கூறி நிற்கின்றன. இப்படியாக தமிழ்த் தேசியக் கருத்தியல் வலுவிழந்து வரும் சூழலில் சாதி, மதம், பிராந்தியம் போன்ற பிரிவுகள் தலைதூக்குகின்றன. **(அண்மையில் புலிகளைச் சார்ந்த ஒருவர் வெளியிட்ட நூலொன்றில் அவருடைய சாதி பேசப்படுமளவிற்கு நிலைமை போயுள்ளது).**

தமிழ்த் தேசியத்தை கடுமையான மறுபரிசீலனைக்குட்படுத்த வேண்டிய காலம் வந்துவிட்டது. அதை நாம் செய்யாவிடின் வரலாறு எம்மைக் கவிழ்த்து விடும்.

10.04.2005

சிவராம் - மறக்க முடியாத (ஊடக) முன்னோடி

ஈழத் தமிழ்த் தேசியமானது ஒரு குறுகியகால இடைவெளியில் பல்வேறு சாதனைகளைப் படைத்துள்ளது. புரட்சி எனப்படுவதே வரலாற்றில் பாய்ச்சலை ஏற்படுத்துவது தான். அந்த வகையில் எமது போராட்டமும் வரலாற்றுச் சாதனைகளைப் படைத்திருக்கின்றது. ஏற்கனவே இருந்த பல சாதனைகளை முறியடித்திருக்கின்றது. பழைய சாதனைகளை நினைவு படுத்தியிருக்கின்றது. செழுமைப்படுத்தி இருக்கின்றது. அவற்றுக்கூடாத மக்கள் மத்தியிலே உத்வேகத்தையும் உணர்வையும் ஊட்டியிருக்கின்றது. மக்களே வரலாறைப் படைப்பவர்கள் என்பது பொதுநியதியான போதிலும் அதற்கு வித்திடுபவர்கள் தனி மனிதர்களே. இத்தகையோர் சாதனையாளர்களாகக் கருதப்படுவார்கள். அவர்கள் வாழுகின்ற சூழல், அவர்கள் பெற்ற கல்வி, அனுபவ அறிவு, வாய்த்த நண்பர்கள் பெற்றோர், சகே-ாதரர்கள், சுற்றம் எனப் பல்வேறு காரணிகள் அவர்கள் சாதனை-யைப் படைப்பதற்கான விதைகளாகின்றன.

சாதனையாளர்கள் பலருக்கு முன்னோடிகள் அல்லது வழிகாட்டிகள் கிடைத்து விடுகின்றார்கள். ஒரு சிலருக்கோ முன்னோடிகள் கிடைப்பதில்லை. இரண்டாவது வகையைச் சேர்ந்தவர் மாமனிதர் டி.சிவராம்.

செல்வந்தக் குடும்பமொன்றில் பிறந்து கற்றோர் சமூகப் பின்னணியில் வளர்ந்த சிவராம் ஒரு இலக்கிய ஆர்வலராகவே பொது வாழ்வில் அறிமுகமானார். மட்டக்களப்பு வாசகர் வட்டத்தின் ஸ்தாபக உறுப்பினர்களுள் ஒருவராக விளங்கி, இடதுசாரிச் சிந்தனை

கொண்ட படைப்பாளிகள் பலருடன் பழகியதில் கிடைத்த அனுபவமே பின்னாளில் அவர் அரசியலில் ஈடுபடவும், விஞ்ஞான பூர்வமான விமர்சனப் பாணியூடாக விடயங்களை அணுகும் போக்கிலான எழுத்துக்களைப் படைக்கவும், சமூகப் பிரக்ஞையுடன் வாழ்ந்து தனது சமூகத்தின் நலவாழ்வுக்காக உயிரைத் தியாகம் செய்யவும் வித்திட்டிருக்கலாம் எனலாம்.

ஈழத்திலும் சரி, தென்னிலங்கையிலும் சரி வாழ்ந்த, தற்போதும் வாழ்ந்து கொண்டிருக்கின்ற தமிழ் ஊடகவியலாளர்களைப் பொறுத்தவரை அவர்கள் தேசிய உணர்வும், தேசிய விடுதலை உணர்வும் உடையவர்களாக இருந்த போதிலும் விடுதலையை நோக்கிய பயணத்தில் தமது எழுத்தை முறையாகப் பயன்படுத்தத் தெரியாமலும் ஊடகப் பலத்தைக் கொண்டு சமூகத்துக்கு அறிவூட்டி திசைகாட்டும் வழி தெரியாமலும் இருந்தனர். ஆனால், சிவராம் ஒருவரே இரண்டையும் சரியாக உணர்ந்து கலந்து பயன்படுத்தினார். தான் மட்டுமன்றி தன் சகாக்களையும் அந்தத் திசைவழியில் அழைத்துச் சென்றார். அதற்கூடாக புதிய செல்நெறியைப் படைத்தார்.

"ஊடகவியலாளன் என்பவன் அரசியல்வாதிகளையும் பிரமுகர்களையும் சார்ந்தே செயற்பட வேண்டியவன். இது தவிர்க்க முடியாத ஒரு நியதி. செய்தி என்பது பேச்சுக்களும் நடைபெற்ற சம்பவங்களுமே" என்ற மாயைக்குள் ஊடகவியலாளர் அநேகர் சிக்குண்டு கிடந்த காலப் பகுதியிலேயே சிவராம் ஊடகத்துறையில் பிரவேசித்தார்.

விடுதலையின்பால் கொண்ட வேட்கையின் காரணமாக போராட்ட இயக்கமொன்றில் இணைந்து, சுய அறிவை இழந்து, சூழ்நிலையின் கைதியாக மாறி, மனச்சாட்சியைத் தொலைத்து விட்டுச் செயற்பட்டு, மீண்டும் சுய உணர்வு பெற்ற நாட்களிலேயே சிவராம் ஊடகத் துறையில் பிரவேசித்தார். தனது கடந்த காலம் தொடர்பில் சிவராம் சுயவிமர்சனம் செய்து கொள்ளவில்லை. ஆயினும்

அது தொடர்பான கசப்பு அவர் செயல்களில் இறுதிவரை விரவி இருந்தமையை அவதானிக்க முடிந்தது.

பேரினவாதத்தின் சூழ்ச்சிக்கு நம்மையறியாமலேயே எப்படிப் பலியாகுவது என்பதை சுய அனுபவத்தினூடாகத் தெரிந்து வைத்திருந்த சிவராம், ஊடகவியலாளர்களை சுயமரியாதை கொண்டவர்களாக மாற்றியமைப்பதில் வெற்றி கண்டார். கிழக்கிலங்கை செய்தியாளர் சங்கம், வட இலங்கை ஊடகவியலாளர் ஒன்றியம், இலங்கைத் தழிழ் ஊடகவியலாளர் ஒன்றியம், கிழக்கிலங்கை இளம் ஊடகவியலாளர் சங்கம் என சிவராமின் பங்களிப்பும் ஆலோசனை வழிகாட்டலும் இல்லாத தமிழ் ஊடக அமைப்புகள் இல்லையெனும் அளவிற்கு அவரின் பங்களிப்பும் வழிகாட்டலும் இருந்தது.

ஈழத் தமிழரிடையே ஆங்கிலப் புலமை கொண்ட பல ஊடகவியலாளர்கள் எம்மிடையே காலங்காலமாக இருந்து வந்த போதிலும் சிவராமின் எழுத்துக்களோ எழுத்துத் துறையில் ஒரு புரட்சிகர ஆரம்பத்தையும் எழுத்துலகில் புதியதொரு செல்நெறியையும் தோற்றுவித்தது. பத்தி எழுத்துக்களோடு மாத்திரம் தனது பணியை மட்டுப்படுத்தவிடாத அவர் அதற்கும் அப்பால் சென்று இராணுவ ஆய்வாளர் என்ற கோதாவில் பல்வேறு நாடுகளிலும் உள்ள பல்கலைக்கழகங்களிலும் பொது மன்றங்களிலும் பல ஆய்வுரைகளையும் நிகழ்த்தியுள்ளார். பல்கலைக்கழக வாசற்படியை மிதித்த அவர் பட்டப்படிப்பை முடிக்காத போதும் பட்டப்படிப்பை முடித்த எத்தனையோ பேருக்குக் கிட்டாத வாய்ப்புகள் அவரின் திறமைக்கும், அர்ப்பணிப்புக்கும், சேவைக்கும் கிடைத்தன.

இதற்கும் அப்பால் அவரால் ஆரம்பிக்கப்பட் செய்தி நிறுவனமான தமிழ்நெற் இன்று சர்வதேச அளவில் ஈழத் தமிழர் விவகாரம் தொடர்பிலான செய்திகளை உடனுக்குடன் தெரிந்து கொள்ளக்கூடிய நம்பிக்கைக்குரிய நிறுவனமாக வளர்ச்சி கண்டு நிற்கின்றது. வெளிநாட்டு அரசாங்கங்களும், புலனாய்வு

நிறுவனங்களும், ஏன் சில வேளைகளில் சிறிலங்கா அரசு கூட தமிழ்நெற்றைப் பார்த்தே செய்திகளை அறிந்து கொள்ளும் அளவிற்கு அதன் சேவை மிகக் குறுகிய காலத்தில் உயர்ந்துள்ளமை சிவராமின் திறைமைக்கும் தீர்க்க தரிசனத்துக்குமான ஒரு சான்றாகும்.

தமிழ்நெற் இணையச் சேவைக்குப் புறம்பாக **North Eastern Herald** என்ற பெயரில் ஆங்கில வாரப் பத்திரிகை ஒன்றும் சிவராம் அவர்களால் ஆரம்பிக்கப்பட்டது. சிறிலங்காவில் வெளிவரும் ஆங்கிலப் பத்திரிகைகள் தமிழர்களுக்கு எதிரான இனவாதத்தைக் கக்குவதுடன், தமிழ்த் தேசியத்துக்கு எதிரான கருத்துக்களை வெளியிட்டும், திரித்துக் கூறியும் பேரினவாதத்துக்குத் துணைபோகும் நிலையில், சிறிலங்காவில் நிலைகொண்டுள்ள இராசதந்திரிகளும் உண்மைகளை அறிந்து கொள்ள விரும்பும் சிங்களவர்களும் கருத்துத் தெளிவைப் பெறுவதற்கு உதவும் நோக்கில் வெளிவந்த இப்பத்திரிகை ஒரு வருடத்துக்கு மேல் வெளிவராமல் போனமை துரதிர்ஸ்டமே.

சிவராம் அவர்கள் எழுதுகின்ற பாணி அலாதியானது. தமிழானாலும் ஆங்கிலம் ஆனாலும் சரளமான சொல்லாடலுடனும், சீரான வேகத்துடனும் எழுதும் அவரைப் பொறுத்தவரை மற்றவருக்குச் சிறியதாகத் தெரியும் விடயத்தைக் கூட மெருகுபடுத்தி, கருத்துச் செழுமையுடன், கவர்ச்சிகரமாக வெளியிடத் தெரிந்திருந்தது. ஒரு இடத்தைக் குறிப்பிட்டு எழுதும் போது கூட அந்த இடத்தின் கேந்திர அமைவிடம், அதன் பண்டைய சிறப்பு, அங்கே இடம்பெற்ற வரலாற்று முக்கியத்துவம் வாய்ந்த நிகழ்வுகள், மக்கள் இலக்கியம், உணவுப் பழக்கவழக்கம், வழக்காறு என உபரித் தகவல்களை வழங்குவதனூடாக வாசகரைத் தன் எழுத்தின்பால் ஈர்க்கும் உத்தி அவருக்குக் கைவந்த கலை.

மீள்கட்டவிழ்ப்பு வாத அடிப்படையில் இயங்கியல் சார்ந்த அவரின் எழுத்துக்கள் தான் கூற விரும்பும் எந்தவொரு கருத்தையும்

அலசி ஆராய்வதாக இருப்பதுடன் இறுதியில் தமிழ்த் தேசியம் சார்ந்த கருத்தோட்டத்துடன் அவற்றை இணைப்பதில் போய் முடியும்.

சிவராமின் சமூகப் பிரக்ஞைக்கும் பல்வேறு எடுத்துக் காட்டுக்களைக் கூற முடியும். தனது ஊடக சகாக்களை நிறைய விடயங்களைக் கற்றுக் கொள்ளுமாறு சதா வலியுறுத்தும் அவர் போராளிகளுக்கும் பல விடயங்களைக் கற்றுத் தந்தார். மக்கள் போராட்டத்தில் அசைக்க முடியாத நம்பிக்கை கொண்ட அவர் போராட்டத்தின் உந்து சக்தியான மக்கள் அரசியல் மயப்படுத்தப்பட வேண்டும் என்பதில் விடாப்பிடியாக இருந்தார். தன்னால் இயலுமான வரை பொதுமக்களுக்கான விழிப்பூட்டல் கூட்டங்களில் கலந்து கொண்டு கருத்துக்களைப் பரிமாறும் சிவராம் தனது சகாக்களையும் அந்தத் திசையில் பயணிக்கச் செய்தார்.

தமிழ்மக்களின் அரசியலில் மிகப்பெரிய திருப்புமுனைகளுள் ஒன்றான தமிழ்த் தேசியக் கூட்டமைப்பின் உதயமானது வரலாற்றில் தவிர்க்க முடியாத ஒரு நிகழ்வேயானாலும் அதனை உருவாக்கி, தளம் அமைத்து, நெறிப்படுத்தி, உத்வேகப் படுத்தியதில் சிவராமின் பங்கு அளப்பரியது.

தந்தை பெரியாரின் சுயமரியாதைக் கருத்துக்களின் பால் மிகுந்த ஈடுபாடு கொண்ட அவர் மட்டக்களப்பில் உருவாக்கி வைத்த தமிழர் மறுமலர்ச்சிக் கழகம் கிழக்கிலங்கை செய்தியாளர் சங்கத்துடன் இணைந்து முன்னெடுத்த செயற்பாடுகளே தமிழ்த் தேசியக் கூட்டமைப்பு உருவாக வழிகோலியது.

கற்பனையில் கூட நினைத்துப் பார்க்க முடியாதபடி எதிரிகளாகக் கணிக்கப் பட்டோரை, பொது வேலைத் திட்டத்தின் அடிப்படையில் ஒரே நேர்கோட்டில் நிறுத்தி, புரிந்துணர்வை ஏற்படுத்தி, பொது வேலைத் திட்டமொன்றை உருவாக்கியதில் சிவராமின் பங்கு இன்றியமையாதது. அவர் ஒரு போதும் ஆலோசனை கூறுவதுடன்

மாத்திரம் நின்றுவிடுவதில்லை. ஏனையோரை இயக்குபவராக விளங்குகின்ற வேளையிலும் கூட தானே ஒரு இயக்கு பொருளாகவும் அவர் விளங்கினார்.

படித்துப் பட்டம் பெற்றவர்களே சான்றோர்கள் என்ற கணிப்பு நிலவிய சமூகத்தில் சிவராமும் ஒரு சான்றோராகக் கருதப்படக் காரணம் பரந்த வீச்செல்லையைக் கொண்ட அவரின் வாசிப்பே. தேடலின் உச்சம் எனக் கூறும் அளவிற்கு அநேகமாக சகல துறைகளையும் தழுவியதாக அவரது வாசிப்பின் வீச்செல்லை விளங்கியது.

அவரது இந்தப் பரந்த அறிவே எதிரிகள் மத்தியிலும் அவருக்கு ஒரு கௌரவத்தை ஏற்படுத்தியிருந்தது. இதுவே அவரது உயிரை ஒரு குறிப்பிட்ட காலம் வரை காப்பாற்றியும் வந்தது எனக் கூறினாலும் அது மிகையாகாது.

ஊடகத் துறையில் கால் பதித்த நாள் முதல் அவர் கொலையான அந்தக் கணம் வரையும் தனது கொள்கைகளையும், சுயமரியாதையையும் சமரசம் செய்து கொள்ளாத அந்த இயல்பு உண்மையில் பாராட்டப்பட வேண்டிய ஒரு விடயம்.

"வாழ்நாளில் தான் மிகவும் மகிழ்ச்சியடைந்த தருணங்களுள் உன்னதமானது தேசியத் தலைவரைச் சந்தித்துக் கலந்துரையாடிய அந்தக் கணப்பொழுதே" என ஒரு குழந்தையின் குதூகலத்துடன் அவர் விபரித்த வேளையில் அவர் கண்ணில் மின்னிய பரவசம் வார்த்தைகளால் வர்ணிக்க முடியாதது.

மகிழ்ச்சியாக இருக்கும் வேளைகளில் நாம் குழுவாகப் பாடும் பாடல், "தோல்வி நிலையென நினைத்தால் மனிதன் வாழ்வை நினைக்கலாமா?.. உரிமை இழந்தோம், உடமை இழந்தோம், உணர்வை இழக்கலாமா?" என்பது. தனது கட்டைக் குரலால் ஒரே வரியையே திரும்பத் திரும்பப் பாடிக் கொண்டிருப்பார்.

அவர் மிகவும் விரும்பிய அந்தப் பாடலுக்கு ஏற்ப தனது இன உணர்வை, சுய மரியாதையை இறுதிவரை விட்டுக் கொடுக்காத நிலையில் இரண்டகர்களால் கொல்லப்பட்ட சிவராம் உண்மையில் ஒரு மாமனிதனே!

-சண் தவராஜா
(நிலவரம் பத்திரிகையில் 25.04.2008ல் சிவராமின் நினைவாக வெளியான கட்டுரை)

மாமனிதர் சிவராம் : தமிழ் வானின் நட்சத்திரம்!

"தராக்கி" என அழைக்கப்படும் மாமனிதர் சிவராம் ஒரு தமிழ் ஊடகவியலாளர். இப்படித் தான் பலரும் இவரை அறிந்து வைத்துள்ளார்கள். ஏன் ஈழத்தமிழ் மக்கள் பலரும் கூட அவ்வாறு தான் அறிந்துள்ளார்கள். ஆனால் உண்மையில் சிவராம் என்பவர் யார் நீண்ட நெடிய தமிழ் மக்களின் வரலாற்றில் தற்கால தமிழ் மனிதனாக அவர் செலுத்திய உழைப்பு என்ன என்பதை தற்போதைய இளம் தலைமுறையினருக்கு கொண்டு செல்வது எமது முக்கிய பணியாகிறது.

விடுதலைப் போராளி

இலங்கைத் தீவில் நிலவி வந்த தமிழ் மக்கள் மீதான சிங்கள பேரினவாத ஒடுக்குமுறைகளுக்கு எதிராக 1972 ஆம் ஆண்டே தமிழரின் ஆயுத எதிர்ப்பு இயக்கம் தோற்றம் பெற்றது. சிவராம் தன்னை தமிழீழ மக்கள் விடுதலை கழகத்தில் **(PLOTE)** தன்னை ஒரு போராளியாக இணைத்துக் கொண்டார். 1983 ஆம் ஆண்டு ஜூலை மாதம் தமிழ் மக்கள் மீது கட்டவிழ்த்து விடப்பட்ட இனக்கலவரம் ஆயிரக்கணக்கான தமிழர்களை பலி வாங்கியது. 2 லட்சத்திற்கும் மேலான தமிழர்கள் தங்கள் உடைமைகளை இழந்து அகதிகளானார்கள்.

இது கறுப்பு ஜூலை கலவரம் எனவும் வரலாற்றில் அழைக்கப்படுகிறது. சிங்கள பேரினவாதத்தின் தாங்க முடியாத அடக்குமுறைகளால் தமது தலைவிதியை தாமே தீர்மானிக்க முடிவு செய்த தமிழ்

இளைஞர்கள் சாரை சாரையாக விடுதலை இயக்கங்களில் இணைந்து போராட துவங்கினர்.

சிவராம் பின்னர் புளொட் அமைப்பின் தேர்தல் அணியான ஜனநாயக மக்கள் விடுதலை முன்னணியின் **(DPLF)** பொதுச்செயலாளராகவும் நியமிக்கப்பட்டார். கருத்து வேறுபாடு காரணமாக புளொட் அமைப்பில் இருந்து வெளியேறினார்.

தராக்கி

அமைப்பில் இருந்து வெளியேறிய சிவராம் அவர்கள் "சர்வதேச செய்திச் சேவை" நிறுவனத்தில் செய்தியாளராக பணியில் சேர்ந்தார்.அதன் பிறகு பல்வேறு பத்திரிகைகளில் பணியாற்றிய சிவராம் ஒரு சிறந்த அரசியல் – இராணுவ ஆய்வாளரும் ஆவார்.பல்வேறு இலங்கை நாளிதழ்களில் அவருடைய அரசியல் ஆய்வுக் கட்டுரைகளும், தலையங்கங்களும் ஒரு முக்கிய இடத்தைப் பிடித்தன.ஆரம்பிக்க காலங்களில் "தராக்கி" எனும் புனை பெயர் தாங்கி தான் அவரது கட்டுரைகள் வெளியாகின.அதனால் தான் அவர் "தராக்கி" சிவராம் என அழைக்கப்படுகிறார். தாரகா என்றால் நட்சத்திரம் என்று பொருள். தாரகா எனும் பெயரைத் தழுவியது தான் "தராக்கி" எனும் அவரின் புனை பெயர்.

தமிழீழத் தேசிய விடுதலைப் போராட்டத்தை ஆழமாக நேசித்தவர் மாமனிதர் சிவராம்.ஈழத் தமிழ்த்தேசிய இனத்தின் மீதான சிங்கள பேரினவாத அரசின் பயங்கரவாத நடவடிக்கைகளை சர்வதேச அரசியல் அரங்கில் அம்பலப்படுத்தியவர்.

விடுதலை இயக்கத்தை சிதைத்த பீகான் திட்டம் (Project Beacon)

ஈழத்தமிழரின் விடுதலை இயக்கமான தமிழீழ விடுதலைப்

புலிகளை நிர்மூலமாக்கி தமிழ் இனத்தை அடிமைப்படுத்தும் நோக்கோடு அமெரிக்கா-இந்தியா-சிங்களம் மற்றும் மேற்குலக நாடுகளால் வரையப்பட்ட பீகான் திட்டத்தை அம்பலப்படுத்தியவர் மாமனிதர் சிவராம் ஆவார்.இதை விடுதலைப்புலிகளின் மூத்த உறுப்பினர் யோகி அவர்கள் 2008 ஆம் ஆண்டு நிகழ்த்திய "பொங்கு தமிழ்" உரையிலும் உலகத்த தமிழர்களுக்கு இச்சதித் திட்டத்தைப் பற்றி வெளிப்படுத்தினார்.

சர்வதேசத்தின் சதியை முன்னுணர்ந்த சிவராம்" புலிகளை இலங்கை இந்திய அரசுகளால் மட்டுமல்ல யாராலும் சண்டையிட்டு அழிக்க முடியாது. ஆனால் அனைவரினதும் பின்கதவு கூட்டு சதியும் சூழ்ச்சியும் துரோகமும் அவர்களை அழிக்கலாம்" என்று கூறினார்.

சிவராமின் பார்வையில் தமிழகம்

சிவராம் அவர்களுக்கு தமிழ்நாட்டின் அரசியல் குறித்தும் நன்கு பரிட்சயம் இருந்தது.அவரின் தமிழ் இராணுவவியல் **(On Tamil militarism)** எனும் ஆங்கில ஆய்வுத் தொடர் மிகவும் முக்கியமானதாகும்.தமிழ்நாட்டின் புரட்சிகர இயக்கங்கள் குறித்தான சரியான மதிப்பீடுகளையும் அவரின் கட்டுரைகளில் காணலாம். விடுதலைப்புலிகள் தமிழ்நாட்டில் தங்களுக்கான உண்மையான நண்பர்களாக தமிழ்நாடு விடுதலைப் படையையும் புரட்சிகர மா-லெ இயக்கத்தையுமே நம்ப முடியும் என்று 1989 ஆம் ஆண்டே தனது கட்டுரை ஒன்றில் தெரிவித்துள்ளார் சிவராம். 2009 ஆம் ஆண்டு நடந்த ஈழ இனப்படுகொலையின் போது சந்தர்ப்பவாத அரசியல் கட்சிகளின் துரோகத்தை கண்ட புலிகள் அதை உணர்ந்திருப்பர்.

மாமனிதரான சிவராம்!

சிங்கள புலனாய்வுத் துறையால் கடத்தப்பட்ட சிவராம் சுட்டுக்கொல்லப்பட்ட நிலையில் சடலமாகத் தான்

மீட்கப்பட்டார்.இவரின் தேசியப் பணிக்கு மதிப்பளிக்கும் வகையில் தமிழீழ தேசியத் தலைவர் மேதகு வே.பிரபாகரன் அவர்கள் ஈழ தேசத்தின் அதியுயர் விருதான "மாமனிதர்" பட்டத்தை வழங்கி பெருமைப் படுத்தினார்.பல்வேறு சர்வதேச ஊடகவியலாளர்களின் அமைப்புகளும் சிவராமின் படுகொலைக்கு தங்களது கடுமையான கண்டனங்களை பதிவு செய்தது.

"தமிழ்த்தேசியமானது தமிழ் பேசும் சமூகத்தின் அகமுரண்பாடுகளைத் தீர்த்து அதை சரியான அரசியல் பாதையில் அணிதிரட்டிடக்கூடிய ஒரு கருத்தியலாக வளர்த்தெடுக்கப்படாமல் அதன் பாட்டிலேயே விடப்படுமானால் சந்தர்ப்பவாதிகளின் நுனி நாவில் புரட்டப்படும் ஒரு வெற்றுச் சொற்றொடராக அது இருக்குமாயின் – எதிர்காலத்தில் மீண்டும் நேரடியாகவோ மறைமுகமாகவோ ஏற்படபோகும் இன அழிப்புப்போர் அச்சுறுத்தல் கூட எமது சமூகத்தை ஒன்று திரட்டுவதற்கு போதாததாகிவிடும்"

என்னும் இந்த மாமனிதனின் எச்சரிக்கையை உள்வாங்கி செயல்பட்டால் தான் தமிழ்நாட்டுத் தமிழர்களும் – ஈழத்தமிழர்களும் விடுதலைப் பாதையில் நடைபோட முடியும்.

- தமிழ்நெறியன்
(இந்தக் கட்டுரை www.indosri.com இணையதளத்தில் வெளியானதாகும்)

மாமனிதர் சிவராம் ஒரு அஞ்சலிக்குறிப்பு

சிவராம் தமிழ் பரப்பில் அறிமுகம் தேவையில்லாத மனிதர். ஒவ்வொருவருக்கும் வெள;வேறு கோணங்களில் அறிமுகமானவர். எனது ஞாபகம் எனக்கு சரியாக துணைபுரிகிறது என்றால் அது 90 களின் நடுப்பகுதி என நினைக்கிறேன். வுாந ஐளடயனெ பத்திரிகை ஒன்றை முன்னால் வீசிய என் பால்ய நண்பன் ஒருவன் மூலம் ஒற்றைச் சொல்லில் அறிமுகமானார்.அது “துரோகி”.

பின்னாளில் அவர் மூலம் பல துரோகிகள் அம்பலத்திற்கு வரப்போவதும், அத்தகையவர்களாலேயே அவர் கொல்லப்படப் போவதும் போன்ற செய்திகளை என்னால் அப்போது உணர முடியவில்லை. ஒரு சட்டகத்திற்குள் வைத்து மதிப்பிட முடியாமல் ஒரு புதிராகத்தான் இருந்தார். இறந்த பின்னும் அது தொடர்கிறது....

இதழியல் துறையில் நான் நுழைந்தவுடன் சிவராம் குறித்து கட்டமைத்திருந்த பிம்பம் கொஞ்சம் கொஞ்சமாக கலையத் தொடங்கியது.

என் ஆதர்ஷ புருஷர்களில் ஒருவராக அவர் உருமாறத் தொடங்கினார் - எனது விருப்பு வெறுப்புகளிற்கும் அப்பால்.... ஆனால் அவர் குறித்த மதிப்பீடுகளை காலத்திற்குக் காலம் மாற்றிக்கொண்டே இருந்தேன். நான் மாற்றினேன் என்பதை விட அதற்கான புறச்செயற்பாடுகளில் அவர் ஈடுபடுவது போன்ற தோற்றத்தை ஏற்படுத்திக்கொண்டே இருந்தார் என்பதே உண்மை.

அவர் படுகொலை செய்யப்படுவதற்கு இரண்டு நாட்களுக்கு முன்புகூட சக பத்திரிகை நண்பர்களிடம் அவரது அண்மைய சில கட்டுரைகளைச் சுட்டிக்காட்டி அவரைத் திட்டித் தீர்த்திருந்தேன். இப்பொழுது நினைத்தால் நெஞ்சிற்குள் பந்தாய் அடைத்துக்கொள்கிறது வலியும், துயரமும். சேர்ந்தும் பிரிந்தும் மாறி மாறிப் பயணித்த அந்த எழுத்துப் போராளிக்கும் எனக்குமிடையிலான பயணத்திற்கு முற்றுப்புள்ளி விழுந்துவிட்டது. நான் சிவராம் அவர்களை பாரிஸ் ஈழமுரசு அலுவலகத்தில் வைத்து 2000 இன் நடுப்பகுதிகளில்தான் முதல் முதலில் சந்தித்தேன். அவரது சிம்மக்குரலும், வசீகரமான பேச்சும் நெடுநாள் பழகிய நண்பர் போன்ற தோழமையும் நான் அவர் குறித்து கட்டமைத்திருந்த கற்பனைகளை மீண்டும் ஒருமுறை தகர்த்தது. அவசர பயணமாக பாரிஸ் வந்திருந்த அவர் அரைமணி நேரத்தில் எம்மிடமிருந்து விடைபெற்றார். அந்தத் தருணத்தில் எனக்கு “சிவராம் காய்ச்சல்” அடிக்கத் தொடங்கியிருந்தது.

ஏற்கனவே ஈழத்தின் மூத்த பத்திரிகையாளர்களான சிவநாயகம், கோபாலரத்தினம் போன்றோர்களுடன் நீண்ட சந்திப்புக்களையும், உரையாடல்களையும் நிகழ்தியிருந்தாலும் கூட அவர்களிடமில்லாத ஏதோ ஒரு வசீகரம் அரை மணிநேரத்தில் என்னை சிவராம் வசம் வீழ்த்தியிருந்தது. அவர்கள் சிவராம் குறித்து சிலாகித்துப் பேசியது கூட காரணமாக இருக்கலாம்.

பின்பு இரண்டொரு தடவை பத்திரிகைப் பணி நிமித்தம் தொலைபேசியினூடாக மட்டுமே அவருடன் உரையாட முடிந்தது. மீண்டும் அண்மையில் பாரிஸ் வந்தபோது ஒருவார காலம் ஈழமுரசு அலுவலகத்திலேயே பெரும்பாலும் இருந்தார். அப்போது தொடர்ச்சியாக நீண்ட நேரம் தனிமையில் அவருடன் உரையாட முடிந்தது. ஆனால் இந்தச் சந்திப்பில் அவருடன் மூர்க்கத்தனமாக முரண்பட்டேன். கருணா விவகாரத்தில் இவரது பங்கு குறித்து ஒரு வதந்தி நிலவியது அனைவரும் அறிந்ததே. என்னை அது கடும் சினத்திற்குள்ளாக்கி இருந்தது.

இலகுவில் அமைந்த சந்தர்ப்பத்தை நழுவவிட நான் தயாராக இல்லை. ஆரம்பத்தில் புளொட் இயக்கத்தில் அவரது செயற்பாடுகள் குறித்தும் ஆங்கிலப் பத்திரிகைகள் ஊடாக அவர் எழுதிய போராட்ட எதிர்ப்பு கட்டுரைகள் குறித்தும் அண்மையில் கருணா விவகாரத்தில் அவரது பங்கு குறித்தும் தொடர்ச்சியான கேள்விகளைத் தூக்கிப் போட்டேன். ஒரு வினாவிற்கான விடையுடன் அவர் நழுவிவிடலாம் என்ற ஐயத்தில் எல்லாச் சந்தேகங்களையும் ஒன்றாகப் போட்டுடைத்தேன்.

தானே தயாரித்த கோப்பி ஒன்றை என்னை நோக்கி நகர்த்திய அவர் நான் கேள்விக்கணைகளைத் தொடுப்பதற்கு முன்பிருந்த அதே முகபாவனையுடன் எந்தவித சலனமுமின்றி அமைதியாக என்னை நோக்கினார்.

"இதில் கருணா விவகாரத்;திற்கு மட்டும் பதில் சொல்லலாம் என்று நினைக்கிறேன், மற்றவை அவரவர் பார்வைக்கு உட்பட்டு எந்தவிதமாகவும் வாசித்துக்கொள்ளட்டும்" என்றவர் தொடர்ந்து "ஒரு தவறு செய்தவன் திருந்தக்கூடாது - முடியாது என்று ஏதேனும் நியதி இருக்கிறதா" என்று கேட்டார்.

"நான் எனக்கு சரியென்று பட்டதையே செய்து வந்துள்ளேன். ஆனால் அதைச் சரியென்று என்றைக்கும் நியாயப்படுத்தப்போவதுமில்லை" என்றார்.

தீர்க்கமான பேச்சும் தெளிவான குரலும் அவர் குறித்த நியாயங்களை என் வசம் கொண்டுவந்து சேர்த்தது. கருணா விவகாரத்தில் தனக்கு எவ்வித பங்கும் இல்லை என்று குறிப்பிட்ட அவர்;, தான் கிழக்கின் அபிவிருத்தி முன்னேற்றங்கள் குறித்து கருணாவுடன் உரையாடியவற்றையெல்லாம் தவறாகப் புரிந்துகொண்டு கருணா தன்னைத் தொடர்புகொண்டதாக ஒப்புக்கொண்டார். அதைத் தான் நிராகரித்ததன் தொடர்ச்சிதான் "வீரகேசரிக் கடிதம்" என்றும் கூறினார்.

தேசியத்தைச் சிதைக்க நினைக்கும் அன்னிய சக்திகள், தமிழ்த் துரோகிகள், ஜே.வி.பி., கெல உறுமய போன்றவற்றின் மீதான தனது பார்வையை எடுத்துரைத்தார். தெளிவாகவும் தர்க்கமாகவும் அவர் கூறிய முறைமை என்னை வியப்பில் ஆழ்த்தியது. அவருடைய பெயருக்கும், புகழுக்கும் காரணம் அப்போது எனக்கு தெளிவாகப் புரியத்தொடங்கியிருந்தது.

ஒரு உலகப் புகழ்பெற்ற பத்திரிகையாளர் என் போன்றவர்களின் கேள்விகளுக்கு பதில் சொல்லவேண்டிய எந்த அவசியமும் கிடையாது. ஆனால் நின்று நிதானித்து ஆத்திரப்படாமல் பதில் சொன்ன பாங்கு இன்னும் என் கண்முன் நிழலாடுகிறது.

அதுமட்டுமல்ல எனது கட்டுரைகள் சிலவற்றை வாசித்து பாராட்டினார். அதில் எந்தவித முகஸ்துதியும் இல்லை. தமிழீழ விடுதலைப் புலிகளின் பெண்கள் படையணி குறித்து நான் எழுதியிருந்த ஒரு கட்டுரையை எடுத்து அதை ஆழமாய் படித்தார். ஒரு நூலுக்குரிய விடயங்களை ஒரு கட்டுரையாக சுருக்கிவிட்டாய் என்று குறிப்பிட்ட அவர் "ஏன் இதை நீ ஒரு புத்தகமாக வெளியிடலாம்தானே" என்று கேட்டார். அத்தோடு எனக்குச் சில உலகப் பெண்கள் படையணி பற்றிய தகவல்கள், அவை சார்ந்த நூல்கள் இணையத் தளங்கள் என்றொரு பட்டியலையும் எழுதித்தந்தார். வாய் வழியாக மடைதிறந்த வெள்ளம் போல் உலகப் பெண்கள் படையணிகள் பற்றி ஒரு குட்டிச் சொற்பொழிவை நிகழ்த்தினார்.

இறுதியில் நான் கூறினேன,; "நீங்கள் சொன்ன கருத்துக்களை வைத்து ஒரு புத்தகம் இல்லை பத்து புத்தகம் போடலாம்போல கிடக்குது"; என்று. முடிவில் நான் அதை புத்தகமாக எழுதினால் அதற்கு ஒரு முன்னுரை எழுதித்தருவதாகவும் குறிப்பிட்டார்.

எனது உடல் நடுங்கியது- சத்தியமான வார்த்தைகள். அவர் முன்னுரைக்காகவே எனது புத்தக வேலைகளில் அவசர அவசரமாக ஈடுபடத்தொடங்கி ஓரிரு நாட்களில் அவர் படுகொலை செய்யப்பட்டுவிட்டார்.

ஒரு வாரகாலம் அவர் என்னுடன் பேசிய பல விடயங்களை எழுத்தில் கொண்டுவர முடியாத நிலையிலுள்ளேன். ஏனெனில் பல அந்நிய சக்திகளினதும் தமிழ்த்துரோகிகள் சிலரினதும் உண்மைமுகத்தை அப்பட்டமாகத் தோலுரித்திருந்தார். அவர்களால் தான் எந்த நேரத்திலும் கொல்லப்படலாம் என்பதை உறுதிபடக்கூறினார். தனது கொலை ஒரு கூட்டணி சதியின் மொத்த வடிமாய் இருக்கும் என்பதையும் அழுத்தமாய்க் கூறினார்.

நான் "கருணா இல்லையா?"; என்றேன். அவர் சிரித்தபடி "கருணா அம்பு. எய்பவர்கள் இருக்க ஏன் அம்பை நோவான். அந்நிய சக்திகளுக்கும் சிங்கள புலனாய்வுத்துறைக்கும் விலைபோன ஒருவர் சுயமாக எப்படி என்னை கொல்ல முடியும். அவர்கள் பணித்தால் வேண்டுமென்றால் கூடுதல் இன்ட்ரஸ்ட் எடுத்து வந்து என்னை கொல்லலாம். அவ்வளவுதான் மேற்றர். கருணாவை நோகிறதை விட்டு ஒட்டுமொத்தமாக தமிழ்த்துரோக சக்திகள் எல்லோரையும் ஒன்றாக களையெடுக்கிறது பற்றித்தான் நாங்கள் சிந்திக்க வேண்டும்" என்றார்.

இன்று அவரது படுகொலையில் இலங்கை புலனாய்வுத்துறையினர் அந்நிய சக்திகள் தமிழினத் துரோகிகள் சிங்கள இனவாத சக்திகள் போன்ற பலரது தொடர்புகள் அம்பலத்துக்கு வந்துகொண்டிருப்பதை அவதானிக்க முடிகிறது. சிவராமின் வார்த்தைகள் தீர்க்கதரிசனமாகியிருக்கிறது.

"நான் கொல்லப்பட்டுவிட்டேன் என்றால், நான் தேசியத்திற்காகத்தான் ஆயுதம் ஏந்தினேன்... தேசியத்திற்காகத்தான் பேனா ஏந்தினேன். தேசியத்திற்காகத்தான் சாவேன்" என்று சிவராம் சொன்னவர் என்று குறிப்பிட்டு கட்டுரை எழுது என்றார். நெஞ்சு கனக்கிறது.

இறுதிவரை அவரை ஒரு அடையாளத்துக்குள் வைத்து மதிப்பிடமுடியவில்லை என்னால். அவர் குறித்த மாறுபட்ட கருத்துக்கள் உலாவந்தபோதும் முரண்பாடான கருத்துக்களை

எழுதிவந்த போதும் அவரிடமிருந்து மாறாத ஒன்று தொடர்ச்சியாக அவருடன் பயணித்துக்கொண்டேயிருந்தது. அது "தேசியம்". இன்று தேசியத்தலைவரால் அவர் மாமனிதராக கௌரவிக்கப்பட்டிருப்பதுக்கும் ஒரே காரணம் அதுதான்.

தனது சாவின்மூலம் தமிழ்பேசும் சமூகம் நேசிப்பதற்காய் சிவராம் விட்டுசென்றிருக்கும் ஒற்றைச்சொல்லும் அதுதான்.

- **பரணி**